நீங்களும் பேசலாம் இங்கிலீஷ்

நீங்களும் பேசலாம் இங்கிலீஷ்

அனந்தசாய்ராம் ரங்கராஜன்

கிழக்கு

நீங்களும் பேசலாம் இங்கிலீஷ்
Neengalum Pesalam English
AnanthaSairam Rangarajan ©

Kizhakku First Edition: December 2018
184 Pages
Printed in India.

ISBN 978-93-86737-51-9
Kizhakku - 1106

Kizhakku Pathippagam
177/103, First Floor, Ambal's Building,
Lloyds Road, Royapettah, Chennai 600 014.
Ph: +91-44-4200-9603
Email : support@nhm.in | Website : www.nhm.in

kizhakkupathippagam kizhakku_nhm

Author's Email: ansaye@gmail.com

Kizhakku Pathippagam is an imprint of New Horizon Media Private Limited

என் ஆசிரியர்களுக்கும்
மாணவர்களுக்கும்...

உள்ளே...

முன்னுரை

வணக்கம். நான் தமிழ்வழியில் கல்வி பயின்றவன்தான். ஆங்கிலம் படிக்க நான் எடுத்துக்கொண்ட முயற்சிகளும், முப்பத்தைந்து ஆண்டுப் பணியில், அரசுக்கல்வி நிறுவனங்களில் ஆசிரியராகவும், முதல்வராகவும் ஆங்கிலம் போதித்து நான் பெற்ற பட்டறிவும் இந்நூலை எழுத உதவின. இரண்டு வெகுஜனப் பத்திரிகைகளில் நான் தொடராக எழுதியவைதான் இந்தத் தொகுப்பு.

சிலருக்கு ஆங்கிலம் பேச, எழுத தயக்கங்கள் உள்ளன. அந்தத் தயக்கத்தைப் போக்குவதுதான் இந்நூலின் நோக்கம். தமிழ்வழி, ஆங்கிலவழி பயின்றவர்களும் இதில் அடக்கம். ஏனெனில் என் வகுப்பில் இவர்களின் பலம் எது, பலவீனம் எது என்று ஆராய்ந்து நடவடிக்கைகள் எடுத்திருக்கிறேன். ஆங்கில சேனல்களில் நீங்கள் பார்த்திருப்பீர்கள். பேசுகிறவர்கள் யாரும் நல்ல ஆங்கிலம் பேசுகிறவர்கள் என்று சொல்லமுடியாது. ஆனால் தைரியமாக வெளுத்துக்கட்டுகிறார்கள். அந்த மனோபாவம் இருக்கவேண்டும். அடிப்படை தெரிந்துகொண்டால் இன்னும் நலமாக இருக்கும்.

அந்த அடிப்படையைத்தான் அத்தியாயங்களாக வைத்திருக்கிறேன். A, an, the பயன்படுத்துவதில்தான் பலர் கோட்டைவிடுகிறார்கள். Follow up words, Signal words என்ற அத்தியாயங்கள் உங்கள் மொழித்திறனை மேம்படுத்தும். Active voice, Passive voice பற்றி நன்றாகத் தெரிந்துகொண்டாலே பாதி ஆங்கிலம் தெரிந்துகொண்டது மாதிரி. அதற்கு முக்கியத்துவம் கொடுத்திருக்கிறேன். Isn't it என்பதன் பல வடிவங்கள் குறித்து ஓர் அத்தியாயத்தில் விளக்கப்பட்டிருக்கிறது. நுனிநாக்கு ஆங்கிலம் பேசலாமா என்று சில அத்தியாயங்களின்

கடைசியில் கொடுத்திருக்கிறேன். அவற்றில் உள்ளபடி பேசிப் பழகுங்கள். You will feel the difference and gain confidence.

யாரும் எல்லாம் தெரிந்த ஏகாம்பரங்கள் இல்லை. நானும் அப்படித்தான். நீங்களும் அப்படியே. ஏனெனில் மொழிப்புலமை பயிலப் பயிலத்தான் வரும்.

அதனால் இங்கிலீஷ் பழகலாம் வாருங்கள்!

இந்நூலை நல்ல முறையில் வெளியிட்ட கிழக்கு பதிப்பகத்துக்கு என் நன்றி.

அன்புடன்

அனந்தசாய்ராம் ரங்கராஜன்

1

துணை வினைச்சொற்கள்

தோட்டத்துச் செடிகளுக்கு நீர் ஊற்றிக் கொண்டிருந்த உஷா மேம் தலை நிமிர்ந்து பார்த்தார். பக்கத்து காம்பவுண்ட் சுவர் அருகே வித்யா!

‘குட் மார்னிங் மேம்!’ என்றாள் வித்யா.

‘ஹாய் வித்யா... குட்மார்னிங்! காலேஜ் லைஃப் எப்படி இருக்கு?’

வித்யா, பட்டப்படிப்பு முதலாம் ஆண்டு மாணவி. உஷா மேம் பணியாற்றும் கல்லூரியில்தான் படிக்கிறாள்.

‘எப்படியோ போகுது மேம்...’

என்று உடைந்த குரலில் சொன்னாள் வித்யா. கேட்டதுமே உஷா மேம் கண்களை அகல விரித்தார். வித்யா அருகில் வந்து, ‘என்ன கஷ்டம் உனக்கு?’ என்றார்.

‘எல்லா பாடமும் இங்கிலீஷ்லயே நடக்குது. என்னால பிக் அப் பண்ண முடியல. பொண்ணுங்ககூட ஈக்வலா இங்கிலீஷ்ல பேசவும் வரல!’ வித்யா கவலையோடு சொல்லிக்கொண்டிருக்கும்போதே, மேம் வீட்டு மாடியில் குடியிருக்கிற கோமதி அங்கே வந்தாள்.

‘ஆன்ட்டி, வித்யா சொல்லிட்டிருந்ததை நானும் கேட்டேன். எனக்குக்கூட இந்த இங்கிலீஷ் தகராறு பண்ணுது. என் ஷிவானி குட்டி படிக்கிற ஸ்கூல் மிஸ்களோட இங்கிலீஷ்ல பேசணும்னு ஆசை!’ என்று தானும் ஒரு அப்ளிகேஷன் போட்டாள்.

‘ஓகே. கவலையை விடுங்க. இனி உங்களை இங்கிலீஷ் பேச வைக்கறதுதான் என்னோட வேலையே!’ என்ற உஷா மேம், ‘வசமா சிக்கிட்டீங்க. ஒரு வழி பண்ணிடறேன்’ என்று சொல்லி சிரிக்க, திடீரென்று வித்யாவுக்கு ஒரு சந்தேகம்!

‘மேம்! நான் ஃபீஸ் கட்டி ஒரு வாரம் ஆச்சு. எப்ப ரிஸிப்ட் குடுப்பாங்க?’ என்றாள்.

‘கம்ப்யூட்டர்ல ஏதோ ப்ராப்ளம். சீக்கிரமே கொடுத்துடுவாங்க!’ என்ற உஷா மேம், ‘ஆமா, நீ என்ன சொன்னே? ரிஸிப்டா? அப்படி சொல்லக் கூடாது வித்யா. ‘ரிஸீட்’னுதான் சொல்லணும். அதாவது, receipt-ல, p-க்கு சவுண்ட் இல்லை. ஸைலன்ட்!’ என்றார். தொடர்ந்து, ‘ரொம்ப பேருக்கு இதுதான் பிரச்னை. இங்கிலீஷ்ல பேசுவாங்க. ஆனா, உச்சரிப்புல தப்பு பண்ணி, கேலிக்கு ஆளாவாங்க. நீங்க இதுல உஷாரா இருக்கணும்’ என்று மேம் சொல்லிக் கொண்டிருக்கும் போது, அங்கே ஓடி வந்தாள் கோமதியின் குட்டிப்பெண் ஷிவானி.

‘ஹாய், ஷிவானி! புதுசா என்ன ரைம் கத்துக்கிட்டே?’ என்று அவள் தாடையைப் பிடித்து உஷா மேம் கொஞ்ச, குழந்தை சட்டென்று ‘Johny Johny yes, papa...’ என்று ஆரம்பித்தது, அதற்கே உண்டான மழலையில்.

‘பாத்தியா, வித்யா! எவ்வளவு சரளமா சொல்லுது, ஷிவானி குட்டி! ஸ்கூல்ல நர்ஸரி ரைம்ஸ் சொல்றதே நாக்கு சரியா புரள்றதுக்குத்தான். நீங்க ரெண்டு பேரும் வீட்டுக்குப் போனதும் முதல் வேலையா ரைம்ஸ் சொல்லிப் பாருங்க!’

வித்யா சிரிக்கவும், ‘என்ன சிரிக்கிறே! பெரியவங்ககூட சொல்லலாம். அப்புறம் Tongue twisters தர்றேன். அதையும் ப்ராக்டீஸ் பண்ணுங்க.’ என்றார் (உஷா மேம் கொடுத்த அந்த ஹோம் வொர்க், பெட்டியில்).

‘முதல் நாளே உங்களை பயமுறுத்தக்கூடாது. இருந்தாலும், தள்ளிப் போடாம பாடத்தை ஆரம்பிச்சுடறதுதான் பெட்டர்’ என்ற உஷா மேம், ஓர் ஓரமாக நிழல் பார்த்து அமர, பக்கத்தில் அமர்ந்தனர் அவர்களும்.

‘மேம், முதல்ல இங்கிலீஷ்ல பேச்சை ஆரம்பிக்கறதுலயே எனக்கு தகராறு இருக்கு. அதுவே முதல் பாடமா இருக்கட்டுமே’ என்று வித்யா சொல்லவும், உஷா மேம் ஆரம்பித்தார்.

Auxiliary verbs and pronouns

அட்டவணை பயன்படுத்தும் விதம்

கேள்வி கேட்க:	எ.கா. Is she?
பதில் சொல்ல,	எ.கா.
வாக்கியம் அமைக்க:	You are

1. Singular (ஒருமை)

Auxiliary verb	**First person** தன்னிலை		**Second person** முன்னிலை		**Third person** படர்க்கை	
	1		you		he,she,it,a name	
	present	past	present	past	present	past
Be வரிசை	am	were	are	were	is	was
Do வரிசை	do	did	do	did	does	did
perfect வரிசை	have	had	have	had	has	had
modal வரிசை	shall	should	will	would	will	would

2. Plural (பன்மை)

Auxiliary verb	**First person** தன்னிலை		**Second person** முன்னிலை		**Third person** படர்க்கை	
	we		you		they	names
	present	past	present	past	present	past
Be வரிசை	are	were	are	were	are	were
Do வரிசை	do	did	do	did	do	did
perfect வரிசை	have	had	have	had	have	had
modal வரிசை	shall	should	will	would	will	would

‘இரண்டு பேர் சந்திக்கிறப்ப யார் முதல்ல பேசறதுங்கறதுல தயக்கம் இருக்கும். குறிப்பிட்ட ஒரு விஷயத்துக்காகப் பேசப் போறோம்னா அதுக்கான Keywords வெச்சுக்கிட்டு பேசத் தொடங்கிடலாம். பொதுவா, பேசணும்னா எல்லாரையும் பாதிக்கிற தலைப்புகள் இருக்கு. வானிலை, புது சினிமா, டிராஃபிக், ஆபீஸ், குழந்தைகள்... இப்படி சொல்லிட்டே போகலாம். இப்ப மழையும் ஒரு டாபிக்தான். செம மழை பெய்திருக்கு இல்லியா? இதை வெச்சே, ‘Very bad weather, isn’t it?’னு ஆரம்பிச்சா, எதிர்ல இருக்கிறவர் பதில் சொல்லியே தீரணும்! அதேமாதிரி, தியேட்டர்ல சினிமா பார்க்கப் போயிருப்போம். நம்மை முறைச்சுக்கிட்டு ஒரு லேடி நிப்பா. நமக்கும் பொழுதுபோகணும். அவங்ககிட்ட, ‘Have you seen this actor’s other films?’னு நாம ஆரம்பிச்சா, அந்த லேடி நமக்கு ரொம்ப நாள் பழக்கம் மாதிரி பேச ஆரம்பிச்சுடுவா! இந்தக் கேள்விகளை அமைக்கறதுக்கு auxiliary verbs... அதாவது, துணை வினைச் சொற்கள் அவசியம்...’ என்ற மேம், அந்த auxiliary verbs-ஐ வித்யாவிடமிருந்த நோட்டில் இப்படி எழுதினார்...

Auxiliary verbs

Be verb : am, is, was, are, were

Do verb : do, does, did

Perfect verb : have, has, had

Modal verb : shall, should, will, would, can, could, may, might

‘இந்த நாலு வரிசையும் ரொம்ப முக்கியம். கேள்வி எந்த வரிசை verb ல இருந்து வருதோ, அதே வரிசை verb ல பதில் சொல்றதுதான் மரபு. கோமு... இப்ப, ‘Do you understand?’னு நான் கேக்கறேன். நீ என்ன பதில் சொல்வே?’

‘Yes, I understand!’ என்றாள் கோமதி.

‘அதை ‘Yes, I do’ னு சொல்லு. இல்லேனா ‘No, I don’t’ னு சொல்லு. இன்னொரு கேள்வி. ‘Have you seen mersal?’

கோமதி சிரித்தாள். ‘Yes, I have.’

‘இப்படி ‘Yes. I have’னு பதில் சொல்றப்ப auxIliary verb க்கான சுருக்கமான வடிவத்தை சொல்லலாம். அதாவது, ‘Yes, I’ve’னு (யெஸ், ஐ’வ்) சொல்லணும்’ என்ற மேம், ‘கோமு! நான் உட்கார்ந்தாகூட இனிமே நீ உட்காரமாட்டே! ஏன்னு எனக்குத் தெரியும்!’ என்று கிண்டலடித்தார்.

'ஆமா, ஆன்ட்டி! டி.வி சீரியல் டைம் இப்ப!' என்று எழுந்தாள் கோமதி.

'ரைட்! நம்ம அடுத்த க்ளாஸ்ல, நீ பாக்கற சீரியல் கதையை எனக்கு இங்கிலீஷ்லயே சொல்றே. அப்ப wh-ஐ வெச்சு கேள்வி கேக்கறே. ஓகே-வா?'

'ஓகே. ஆன்ட்டி!'

ஹோம் வொர்க்!

'ஸ்கூல்ல நர்ஸரி ரைம்ஸ் சொல்றதே நாக்கு சரியா புரளத்தான். நீங்களும் ரைம்ஸ் சொல்லிப் பார்க்கணும்' என்று உஷா மேம் சொன்னது, கோமதிக்கும வித்யாவுக்கும் மட்டுமல்ல; உங்களுக்கும்தான்! வித்யாவுக்கு ஹோம் வொர்க்காக மேம் கொடுத்திருக்கும் இந்த சுழல் வார்த்தைகளை (tongue twisters) நீங்களும் ப்ராக்டீஸ் பண்ணுங்க.

Peter piper picked a peck of pickled peppers

She sells seashells by the seashore

Flea and a fly flew up in flue
said the flea, 'let us fly'
said the fly, 'let us flee!'
so they flew through a flaw in the flue.

2

Modal அறிவோம்

‘எக்ஸ்க்யூஸ் மீ!’ கோரஸாக ஒலித்த குரலைக் கேட்டு, வாசலைப் பார்த்தார் உஷா மேம். அங்கே நின்றிருந்தவர்கள் நம்ம வித்யாவும், கோமதியும்தான்!

முகத்தில் புன்னகையை தவழவிட்ட உஷா மேம், ‘யூ ஆர் வெல்கம்!’ என்றார்.

‘என்ன, நான் கொடுத்திருந்த ஹோம் வொர்க்கை பண்ணீங்களா?’ என்று உஷா மேம் லெக்சரர் தோரணையிலேயே கேட்க, ‘யெஸ் மேம்!’ என்றாள் வித்யா. கோமதி ஒருபடி மேலே போய், தன் செல்லக்குட்டி ஷிவானியின் புத்தகத்தில் இருந்த ரைம்களை மனப் பாடமாக ஒப்பிக்கவே ஆரம்பித்தாள். பரபரப்பான வித்யாவும், Tongue twisters வாக்கியங்களைச் சொல்லிக் காட்டினாள்.

‘வெரிகுட்!’ என்ற உஷா மேம், வித்யா பக்கம் திரும்பி, ‘உனக்கு கொஞ்சம் Advanced ஆகவும், கோமுவுக்கு Fundamentals-ம் சொல்லித் தரலாம்னு முடிவு பண்ணியிருக்கேன். இப்ப நீ என்ன பண்றே, உங்க லைப்ரரி மேம் கிட்ட இங்கிலீஷ்ல எப்படி பேசுவேனு சில வாக்கியங்கள் எழுது. கோமதி, போனதடவை நான் சொல்லித் தந்த Auxiliary verbs-ஐ திருப்பித் திருப்பி படிச்சு மனசுல ஏத்திக்க. ரெண்டு பேருக் கும் பத்து நிமிஷம் தர்றேன்!’ என்றார்.

பத்து நிமிடம் கழித்து வித்யா, ‘லைப்ரரி மேம்கிட்ட பேசற மாதிரி எழுதியிருக்கேன். Here it is!’ என்றாள். அதை வாங்கிய உஷா மேம்,

'வித்யா! நீ 'இந்தாங்க' என்கிற அர்த்தத்துல Here it is-னு சொன்னே இல்லியா, அதை Here you are-னு கூட சொல்லலாம். இது இன்னும் பணிவா இருக்கும். சிலர் இப்படித்தான் பேசுவாங்க' என்றபடி தொடர்ந்தார்.

'உரையாடல் என்கிறது வெறும் கேள்வி-பதில் மட்டுமில்லை. அது நல்லுறவுகளை வளர்க்கும் சாதனம். அமைச்சர்கிட்ட ஒரு அதிகாரி, 'நீங்க என்ன நினைக் கிறீங்க'னு நேரடியா கேட்டுடக் கூடாது. What do you think?-ன்னா அவருக்கு ஒரு மாதிரி இருக்கும். 'இதைப் பத்தி உங்க கருத்து என்னனு தெரிஞ்சிக்க விரும்பறேன்'னு பேசற அதிகாரியைத்தான் அமைச்சருக்குப் பிடிக்கும்!'

வித்யா கேட்டாள், 'அப்படீன்னா, 'I want to know your views on this'-னு சொல்லலாமா, மேம்?'

'வித்யா! நீ சொன்னதையே இன்னும்கூட பவ்யமா சொல்லலாம். want -க்கு பதிலா அதோட past tense ஆன wanted போட்டு 'I wanted to know'-னு சொல்றது நல்லது. அதேமாதிரி, can உபயோகப்படுத்தற இடத்துல could போட்டா ரொம்ப பணிவாயிடும்!'

உடனே, வித்யா தான் எழுதியிருந்ததை எடுத்து ஏதோ அடிக்க ஆரம்பித்தாள்.

'எதை திருத்தறே வித்யா?'

'லைப்ரரி மேம்கிட்ட 'Can you give me the book register?'னு கேக்கிற மாதிரி எழுதியிருந்தேன். அந்த can -ஐ I could -னு மாத்தினேன், மேம்'. 'பேசறப்ப could you please-னு சொல்லு. அது இன்னும் பெட்டர்!'

உஷா மேம் சொல்வதை கவனித்துக் கொண்டிருந்த கோமதி, 'could -ங்கிற இந்த மாடல் verb-க்கு அவ்வளவு அர்த்தம் இருக்கா, ஆன்ட்டி?' என்று கேட்டாள்.

'கோமு! நீ உச்சரிக்கறப்ப 'மாடல்'னு சொல்ற. அது மாடல் இல்லை. மோடல் (Modal)! Mood-ங்கற வார்த்தையிலிருந்து அது வந்தது.'

'மூட்'னா ஃபீலிங்தானே?'

'ஆமா! அந்த வார்த்தைகள் நம்மோட உணர்வுகளை வெளிப்படுத்தும். பேசறப்ப ஒரு கவனம் எடுத்துக்கிட்டு பேசினா modal verb அர்த்தம் சரியா வரும்.'

'எனக்குக் கூட இது பத்தி தெரியல மேம்!' என்றாள் வித்யா.

'Modals முன்னே அட்டவணை பார்த்தோம் இல்லையா? தன்மை (First person), முன்னிலை (Second person), படர்க்கை (Third person) பத்தி தெரிஞ்சிக்கணும். shall வந்து first person-க்கு மட்டும்தான் வரும். will வந்து second person, third person-க்கு வரும். அதை மாத்திப் போடறதுலதான் இங்கிலீஷோட சூட்சுமமே அடங்கியிருக்கு!'

'ஆன்ட்டி! எப்படினு விளக்குங்களேன்!'

'கோமு! நீ புதுசா வீடு கட்டிட்டு இருக்கே. அப்புறம், கிரஹப்பிரவேசம் எப்ப பண்றதா திட்டம்?'

'எங்க ஆன்ட்டி, லோன் வாங்கிட்டு என் வீட்டுக்காரர் கொஞ்சம் திணர்றார். 'டெப்ட்' ரொம்ப ஆயிடுச்சு!'

உஷா மேம் சிரித்தார். 'உன் உச்சரிப்பைத் திருத்தவே நான் ஒரு அவதாரம் எடுக்கணும்! அது டெப்ட் இல்ல, கோமு. det. இந்த debt - ல b - க்கு சவுண்ட் இல்லை. சைலண்ட்.'

'மோடலை மாத்திப் போடறதைப் பத்தி...' என்று நினைவூட்டினாள் வித்யா.

'ஓகே. கிரஹப்பிரவேசத்துக்கு இன்விடேஷன் அடிப்ப இல்லியா, கோமு? அப்ப என்னைக் கூப்பிடறப்ப என்னனு கூப்பிடுவே?'

'கட்டாயமா வரணும்னு கூப் பிடுவேன். You must come-னு.'

'You shall come-னு கூட கூப்பிடலாம். பதிலுக்கு நான் I Shall come-னு சொன்னா அது நார்மல். வர்றதைப் பத்தி இன்னும் யோசிக்கலைனு அர்த்தம். ஆனா, Shall-க்கு பதிலா will போட்டு, I will come-னு சொன்னா 'கட்டாயமா வர்றேன்'னு அர்த்தம்! அதாவது, First person ஆன I -க்கு போடவேண்டிய shall-க்கு பதிலா, Second மற்றும் third person-க்கு போடவேண்டிய will-ஐ போட்டா, அதுக்கு அர்த்தமே மாறிடும்!'

'மேம்! Auxiliary-னு ஏன் அதைச் சொல்றாங்க?' என்று கேட்டாள் வித்யா.

'Auxiliary-ன்னா துணை செய்யறதுனு அர்த்தம். அந்த Verb-க்கு தனிப்பட்ட அர்த்தம் எதுவும் கிடையாது. இடத்துக்கு இடம் அர்த்தம் மாறும். ஆனா, அது இல்லாம நாம பேசவும் எழுதவும் முடியாது!'

'மோடல் வெர்ப்ல இருக்கற May, might பத்தி கொஞ்சம் சொல்றீங்களா, ஆன்ட்டி?'- இது கோமதி.

'May, might-ன்னா 'ஒருவேளை'ங்கற அர்த்தத்துல வரும். அதேநேரம், பெர்மிஷன் கேக்கறதுக்கும் பொத்தாம் பொதுவா பேசறதுக்கும் உதவும். உதாரணத்துக்கு, Where is Gomathi-ன்னா She might be at home -னு சொல்லலாம்.'

'She might be watching TV-ன்னு சொல்லலாமா?' என்று வித்யா ஓரக்கண்ணால் பார்க்க, 'ஏய்!' என்று புத்தகத்தால் அடிப்பது போல பாசாங்கு செய்தாள் கோமதி.

'ஒண்ணு தெரியுமா, வித்யா! நம்ம தமிழ்நாட்டுல பல வருஷங்களுக்கு முன்னாடி may-ங்கிற அந்த மோடல் வெர்ப் பல உயிர்களைப் பலி வாங்கியிருக்கு! அதைப் பத்தி அடுத்த க்ளாஸ்ல சொல்றேன்' என்ற உஷா மேம், 'கோமு, உன்னை wh- Question word-ஐ வச்சு கேள்வி கேக்க சொல்லியிருந்தேன். மறந்துட்டியா? அடுத்த க்ளாஸ்ல அதைக் கண்டிப்பா சொல்லணும்' என்று ஸ்ட்ரிக்ட்டாக சொல்லி, விடை கொடுத்தார்.

3

Wh-கேள்வி கேட்கலாமா?

'ஹாய் கோமு! சமையல் வேலை முடிஞ்சாச்சா? - மாடிப்படியில் நின்றிருந்த கோமதியிடம் கேட்டபடி வந்தார் உஷா மேம்.

'தினமும் எங்க வீட்டுல எக்ஸ்பிரஸ் சமையல்தான் ஆன்ட்டி... அவரோட 'கேரியர்'ல ஆபீசுக்கு இதுவரை லேட்டாவே போனதில்லை!' என்றாள் கோமதி பெருமையாக.

'ஓஹோ! அவரோட 'கரீயர்' (Career) பத்திச் சொல்றியா! 'கேரியர்'-ல (Carrier) டிபன் தான் வச்சுக்கலாம்... ஆபீஸ் எப்படினு குழம்பிப் போயிட்டேன்!' என்று உஷா மேம் வேடிக்கையாகக் கூறிக் கொண்டிருந்தபோது, தனக்குத்தானே சிரித்தபடி வந்தாள் வித்யா.

'என்ன வித்யா! உன் முகமெல்லாம் சிரிப்பு?'

'என் கிளாஸ்ல கடைசி பெஞ்ச் கல்பனா லொடலொடா பார்ட்டி... அலட்டல் பேர்வழி வேற! நேத்து ஸ்பெஷல் க்ளாஸுக்கு வந்த நீங்க அவளை கேள்வி கேட்டு மவுனமா நிக்க வச்சிட்டீங்க... அதை நெனைச்சி சிரிச்சேன்!'

'What question you asked aunty?' என்று சந்தர்பத்துக்கு காத்திருந்த மாதிரி இங்கிலீஷிலேயே கேள்வி கேட்ட கோமதியை பாராட்டிய உஷா மேம், வித்யா பக்கம் திரும்பி, 'கல்பனாவை நானும் நோட் பண்ணியிருக்கேன். லெக்சர் நடுவுல have-ஐ எங்கே உபயோகப் படுத்தலாம், எங்கே கூடாதுனு சிம்பிளா கேட்டேன்... நின்னுட்டா!' என்றார்.

'பேசறதுக்கு கத்துத் தர மட்டுமில்ல, ஒருத்தரை பேசாம வைக்கறதுக்கு என்ன பண்ணனும்னும் ஆன்ட்டி தெளிவாவே தெரிஞ்சு வெச்சிருக்காங்க' என்று கோமதி கமென்ட் அடிக்க, அந்த இடமே கலகலப்பானது.

'ஆனா, நீங்க அந்த have மேட்டரை விளக்காமலே விட்டுட்டீங்க மேம்!' என்று வித்யா சொல்ல, 'அதுக்கு ஒரு தனி கிளாஸே தேவை, வித்யா. அப்ப சொல்றேன்...' என்ற உஷா மேமுடன் சென்று அனைவரும் வராந்தாவில் உட்கார்ந்தனர். எதிரில் பளிச்சிட்ட வொயிட் போர்டை பார்த்து வித்யாவும் கோமதியும் ஆச்சர்யம் காட்ட, 'உங்க ளுக்கு எழுதிக் காட்டறதுக்காகவே இதை வாங்கினேன்' என்று மார்க்கர் பேனா சகிதம் தயாரானார் மேம்.

'முதல்ல கோமதியைக் கவனிப்போம். Information questions பத்தி பார்க்கலாம். அது வேற ஒண்ணுமில்ல, wh-கேள்விதான்! Yes அல்லது No பதில் வர்ற கேள்வி களால உரையாடல் சீக்கிரமா முடிஞ்சிடும். ஆனா, what, which, where, when, why, who, whom, how, how much, how long-னு ஆரம்பிக்கிற கேள்விகளுக்கு குறைஞ்சது இரண்டு வார்த்தைகளாவது பதில் சொல்லணும். நம்ம உரையாடலை நீட்டிக்க இந்த வகை கேள்விகள் உதவும். இந்த மாதிரி கேள்விகளைக் கேட்க நீங்களும் பழகிக் கணும்' என்ற உஷா மேம், வித்யாவிடம், 'What-க்கும் Which-க்கும் என்ன வித்தியாசம்?' என்று கேட்டார்.

'ஒரு கூடையில நிறைய பொம்மைகள் இருக்கறதா வெச்சுக்கிட்டா, What things are inside-னு பொதுவா கேக்க What பயன்படும். Which toy is Indian made-னு குறிப்பிட்டு கேட்க, Which பயன்படும். Am I correct, ma'm? - சரளமாக சொன்னாள் வித்யா.

'Yes, you're! நீங்க ஷாப்பிங் போறப்ப இப்படி wh-கேள்வி கேக்கலாம்...' என்ற உஷா மேம் போர்டில் ஒரு வாக்கியத்தை எழுதினார்.

I go to Bangalore on Monday.

'கோமு! When-ல ஆரம்பிச்சு இந்த வாக்கியத்துக்கு ஒரு கேள்வி கேளு.'

கோமதி சிறிது யோசித்துவிட்டு, 'When are you going to Bangalore?' என்றாள்.

'கோமு சொன்ன கேள்வி பரவாயில்ல. கொஞ்ச நேரம் முன்னாடிகூட 'What question you asked aunty?'னு கேட்டா. வித்யா! இந்த ரெண்டு கேள்விகளையும் இன்னும் பெட்டரா எப்படி கேட்கலாம்?'

வித்யா சொன்னாள்... 'இப்ப கோமு அக்கா சொன்ன கேள்வி be வரிசையில இருக்கு, மேம். ஆனா, நீங்க போர்டுல எழுதின வாக்கியம்

do வரிசையில இருக்கு. அதனால, 'When do you go to Banagalore?'னு கேட்டிருக்கணும். அதேமாதிரி, முன்னே சொன்ன கேள்வி "What question did you ask aunty?'னு இருக்கணும்.'

'சபாஷ்!' என்று வித்யாவைப் பாராட்டிய உஷா மேம், கோமதியைப் பார்க்க, அவள் ஏதோ சிந்தனையில் இருந்தாள். 'கோமு! என்ன பகல் கனவா?' என்று சீண்ட, 'ஐயோ, ஆன்ட்டி, அதெல்லாம் இல்லை. may ங்கிற மோடல் வெர்ப்-க்கு பல பேர் பலியானாங்கனு போன க்ளாஸ்ல சொன்னீங்க. ஆனா, அது எப்படினு சொல்லவே இல்லியே... அதைத்தான் நெனைச்சிட்டு இருந்தேன்!' என்றாள். வித்யாவும் அவளோடு சேர்ந்துகொண்டு, 'என்னையும்கூட அந்தத் தகவல் பாதிச்சிடுச்சி மேம்.' என்றாள்.

'ஓகே. நம்ம நாட்டோட அரசாங்க மொழி எது?'

'இங்கிலீஷும் இந்தியும்.'

'1965-ல இங்கிலீஷுக்கு ஆபத்து வந்தது! அரசியல் சட்டத்துல 'English may continue as an official language as long as non Hindi speaking people want it'னு திருத்தம் கொண்டு வந்தாங்க. தமிழ்நாட்டுல அதுக்கு பயங்கர எதிர்ப்பு! முன்னமே சொல்லியிருக்கேன்... May ன்னா 'இருந்தாலும் இருக்கலாம்'னு பொத்தாம் பொதுவா ஒரு அர்த்தம். இந்த May ஐ மாத்தி shall போடணும்னு போராடினாங்க மக்கள். English-ங்கிறது third person singular. அதுக்கு வழக்கமா may அல்லது will தான் வரும். ஆனா, shall-னு மாத்திப் போட்டா ஒரு கட்டாயத் தன்மை வந்துடும். அதுக்காகத்தான் போராட்டம்!'

'அப்புறம் மாத்தினாங்களா?'

'ம்... ம்... பல பேர் பலியான பின்னாலதான்.'

கொஞ்ச நேரம் மவுனம். பிறகு கோமதி, 'ஆன்ட்டி! do வரிசையில எப்படி கேள்வி கேக்கணும்? அதுக்கு ஏதாவது ஸ்டெப்ஸ் இருக்கா?' என்றாள்.

'பாடத்துக்கு வந்துட்டியா! வெரிகுட்...' என்றபடி போர்டில் ஸ்டெப்ஸ் போட்டு ஒரு வாக்கியத்தை எழுதினார் உஷா மேம்.

வாக்கியம்: I go to Bangalore on Monday

Step 1 : I go to Bangalore when

Step 2 : You do go to Bangalore when

Step 3 : When do you go to Bangalore?

எழுதிமுடித்ததும், 'கோமு! நான் எதையெல்லாம் மாத்தி எழுதியிருக்கேன்?' என்று கேட்டார் மேம்.

'On Monday-ங்கிற காலத்துக்கான வார்த்தையை எடுத்துட்டு when போட்டிருக்கீங்க. I-க்கு பதிலா you. அப்புறம் go- ங்கிற verb ஐ I do go னு பிரிச்சிருக்கீங்க. கடைசி ஸ்டெப்ல when I முன்னாடி கொண்டு வந்து கேள்வி வாக்கியமா மாத்தியிருக்கீங்க!'

'வெரிகுட், வெரிகுட்! அதே வாக்கியத்துக்கு whereல கேள்வி கேக்கறதுக்கான ஸ்டெப்ஸ் சொல்லு. வா, போர்டுலயே எழுது.'

கோமதி எழுத ஆரம்பித்தாள்.

Step 1: I go where on Monday.

Step 2: You do go where on Monday.

Step 3: Where do you go on Monday?

'குட். இதேமாதிரி does, did னு பிரிக்க ஹோம் வொர்க் தர்றேன். பண்ணிட்டு வாங்க. அடுத்த க்ளாஸ்ல அது பத்தி சொல்றேன்' என்ற மேம் தந்த ஹோம் வொர்க்...

1. I ate two mangoes yesterday (did)
2. Mala writes a letter today (does)

4

Tense அறிவோம்

அன்று விடுமுறை தினம் என்பதால், கோமதியும் வித்யாவும் மாலை நான்கு மணிக்கே உஷா மேம் வீட்டில் ஆஜராகியிருந்தார்கள்.

'Let's talk over a cup of coffee...' என்றபடி அவர்களுக்கு காபி தந்து உபசரித்தார் மேம்.

'Thanks for your nice coffee, ma'am!' என்று, நன்றி சொன்னபடியே வித்யா காபியை பருகிக் கொண்டிருக்க, கோமதியின் முகத்தில் ஏதோ ஒரு தவிப்பு. அதை கண்டுகொண்ட உஷா மேம், 'என்னாச்சு கோமு, காபியில சர்க்கரை போதலையா?' என்று கேட்டார்.

'ஐய்யய்யோ... அதெல்லாம் சரியாதான் இருக்கு, ஆன்ட்டி. ஹோம் வொர்க் பண்றப்ப நெறைய சந்தேகம் வந்தது. அதையே நினைச்சுட்டிருந்தேன். இருந்தாலும் I can be able to do my homework' என்ற கோமதி, தான் எழுதி வந்திருந்த ஹோம்வொர்க்கை பெருமையாக காட்டினாள்.

'மேம், கோமதி அக்கா can be able னு சேர்த்து சொன்னாங்க. அது சரியா?' என்று இடைச்செருகலாக வித்யா ஒரு கேள்வியை விட,

'தப்புதான் வித்யா. ரெண்டையும் சேர்க்கக் கூடாது. I can do it-னு சொல்லலாம். இல்லேன்னா, I was able to do it அல்லது I have been able to do it-னு சொல்லலாம். can-ம் be able-ம் ஒண்ணா வராது. ஏன்னா, அது ரெண்டும் ஒரே அர்த்தமுள்ள வார்த்தைகள்!' என்று சொன்ன மேம், கோமதியின் ஹோம்வொர்க் நோட்டைப் பார்த்தார்.

'I ate two mangoes yesterday' மற்றும் 'Mala writes a letter today' என்ற வாக்கியங்களை did, does என்று பிரித்து, இப்படி கேள்வி வாக்கியங்களாக மாற்றி எழுதியிருந்தாள் கோமதி...

1. What did you eat yesterday?

2. When did you eat two mangoes?

3. What does Mala write today?

4. When does Mala write a letter?

வித்யாவும் தன் நோட்டைக் காண்பித்தாள். அதில் கோமதி எழுதாமல் விட்ட ஒரு கேள்வி இருந்தது.

How many mangoes did you eat today?

'கோமு! ஸ்டெப்ஸ் போட்டு What, When னு கேள்வி போட்டு நல்லா எழுதியிருக்கே. வெரிகுட். ஆனா, 'How many'-ங்கிற கேள்வியை ஏன் ஸ்கிப் பண்ணிட்டே?'

'வெர்ப்'பைக் கவனிக்கறதுலியே என் டைம் போயிடுச்சி ஆன்ட்டி.'

'வாக்கியங்களைக் கேள்வியா மாத்தற பயிற்சி குடுக்கிறது எதுக்கு தெரியுமா? எப்படிக் கேள்வி கேக்கணும், எப்படி பதில் சொல்லணும்னு தெரிஞ்சிக்கத்தான். நாளடைவுல மனசுக்கு உள்ளேயே பண்ற ஸ்பீட் கிடைக்கும். இப்ப இந்த வாக்கியத்தைப் பாருங்க. வார்த்தைகளுக்கு அன்டர்லைன் பண்ணி Whபோட்டிருக்கேன்.

I	ate	two	mangoes	yesterday
-----		------	----------	------------
who		how many	what	when

இங்கே two ங்கிறது எண்ணிக்கை. அதுக்கு how many; காலத்தைக் குறிக்க when வரும். இடத்தை கேட்க where...' என்று உஷா மேம் சொல்லிக் கொண்டே போக, 'மத்ததை நான் சொல்றேன் மேம்...' என்று ஆரம்பித்தாள் வித்யா.

'Why காரணம், which-செலக்ஷன், how -பண்பு, how much-அளவு விலை, how long-கால அளவு. 'யாரை'னு கேட்க whom வரும், இல்லையா, மேம்?'

'ரைட். யாரைனு கேட்க who கூட வரலாம். இந்த who ரெண்டு விதமான கேள்விகள்ல வரும். 'யார்'னு கேக்கறப்ப பொதுவா do வரிசை வெர்ப் வராது. 'who ate two mangoes yesterday?' னு நேரடியா

கேட்டுடலாம். சில சமயம் 'who did it' னு வரும். ஆனா 'யாரை'னு கேக்கறப்ப do வரிசை வெர்ப் வேணும். உதா ரணத்துக்கு, இந்தக் கேள்வி பதிலைப் பாருங்க...

A. Who did you meet?

B. I met Kala

புரிஞ்சுதா கோமு? எனி அதர் ப்ராப்ளம்?'

'காபி சூப்பரா இருக்கு, ஆன்ட்டி!' என்றாள் கோமதி.

'அட, காபி சூப்பரா இல்லேன்னாதாம்மா ப்ராப்ளம்' என்று உஷா மேம் கமெண்ட் அடிக்க, கலகலவென சிரித்த கோமதி, வித்யா பக்கம் திரும்பி, 'என் பேனாவுல இங்க் தீர்ந்து போச்சு. Could you give me your pen please?' என்று கிசுகிசுத்தாள்.

இதைக் கவனித்த மேம், 'கோமு! ரிக்வஸ்ட் பண்றப்ப could-ங்கிற வார்த்தைதான் யூஸ் பண்ணனும்னு இல்லை. would கூட யூஸ் பண்ணலாம். 'நீங்க மனசு வெப்பீங்களா'னு கேக்கற மாதிரி இருக்கும். அதை would you mind னு ஆரம்பிக்கணும். ஆனா அதுல வர்ற verb க்கு கட்டாயம் ing சேர்த்து சொல்லணும்' என்று கூறிவிட்டு, 'Would you mind giving me the duster, please?' என்று கேட்க, கோமதியும், 'Here you are!' என்று தன் அருகில் இருந்த டஸ்டரை நீட்டினாள்.

'அடடே! முந்தின க்ளாஸ்ல நான் சொல்லித் தந்த ஸ்டைலை பக்கவா புடிச்சிக்கிட்டியே' என்று சிரித்த உஷா மேம், 'ஷாப்பிங் போறப்ப சேல்ஸ்மேன்கிட்ட Could யூஸ் பண்ணனும்னு தேவையில்ல. "Can you show me another saree, please'னு கேக்கலாம். ஃப்ரெண்ட்ஸ் நடுவுல 'Can you... please' இயல்பா இருக்கும்!' என்றபடி, 'Shall we go back to our lesson?' என்று கேட்டுக்கொண்டே போர்டில் எழுத ஆரம்பித்தார்.

கோமதியிடம், 'டி.வி. மேல ஒரு பேனா வச்சிருக்கேன். ஹால்ல அங்கிள் சினிமா பார்த்திட்டிருக்கார். அதை எடுத்து வா. சினிமாவுல மூழ்கிடாம சீக்கிரம் வா!' என்றார் மேம்.

போன வேகத்திலேயே வந்தாள் கோமதி.

'பரவாயில்லியே... உடனே வந்துட்டியே.'

'இன்னக்கி டி.வி. சினிமாவை sacrifice பண்ணிட்டுத்தான் இந்த க்ளாஸுக்கே வந்தேனாக்கும்!' இது கோமதி.

'அதுல ஒரு ரகசியம் இருக்கு மேம். அந்த சினிமாவை மூணாவது தடவையா டி.வி.ல போடறான். கோமு அக்கா fed up ஆய்ட்டாங்க!' இது வித்யா.

'அதுதான் என்னோட ரகசியமும் கூட!' என்று உஷா மேம் சிரித்துக் கொண்டே சொல்ல, மற்றவர்கள் முகத்தில் ஆச்சர்யப் புன்னகை.

பேசிக்கொண்டே போர்டில் மேம் எழுதியிருந்தது...

'இது Present tense, Past tense அட்டவணைதானே மேம்?'

(இந்த அட்டவணை 34 வது அத்தியாயமாக கொடுக்கப் பட்டுள்ளது கடைசியில்)

'ஆமா, Present tense னு நாம வழக்கமா சொல்றதை இப்பல்லாம் வினைப் பொது நிலை, அதாவது infinitive னு சொல்றாங்க. Simple past இறந்த காலம். Past participle இறந்தகால எச்சவினை. Infinitive உடன்-d, & ed சேர்த்தால் கிடைப்பது regular verb. Infinitive ல எழுத்து மாற்றம் செய்தோ, செய்யாமலோ கிடைப்பது irregular verb. இங்கிலீஷ்லயே 150க்கு கொஞ்சம் கூடுதலாதான் irregular verbs இருக்கு. அந்த லிஸ்ட்டை அர்த்தத்தோட மனப் பாடமா வச்சுகிட்டா இங்கிலீஷ் ஈஸிதான்!'

கோமதி கேட்டாள்... 'எனக்கு ஒரு சந்தேகம் ஆன்ட்டி. Liked, killed னு simple past, கும், past participle க்கும் ஒரே மாதிரி எழுதியிருக்கீங்க. வாக்கியத்துல வர்றப்ப எது எந்த வகைனு எப்படி கண்டுபிடிக்கிறது?'

'There you are! நிறையப் பேரோட சந்தேகத்தை நீ கேட்டுட்டே...' என்றபடி போர்டில் உஷா மேம் எழுத ஆரம்பித்தார்...

1. I liked her
2. She has liked me
3. She is liked by me

'இந்த வாக்கியங்கள்ல மூணு தடவை liked -னு எழுதியிருக்கேன். எது simple past, எது past participle னு நீங்க சொல்லணும். கூடவே ஏன்னு காரணத்தையும் சொல்லணும்... ஓகே. கோமதி... நீ சொல்லு.'

'முதல் வாக்கியத்துல வர்ற liked வந்து simple past. பார்த்தாலே தெரியுது ஆன்ட்டி.'

'ஓகே. வித்யா... நீ சொல்லு.'

'ரெண்டாவது வெர்ப் past participle, மேம். ஏன்னா have வரிசையோடு வந்திருக்கு.'

'குட்! கோமதி, நீ மூணாவது வாக்கியத்துக்கு சொல்லு...'

'........'

'என்ன தெரியலயா? ஒரு க்ளூ குடுக்கறேன். - ed னு முடியுற வெர்ப்-கள் be வரிசை அல்லது have வரிசையோடு வந்தா, அது Past participle. இது put மாதிரி வெர்ப்புக்கும் பொருந்தும்.'

'மூணாவது, past participle ஆன்ட்டி' என்றாள், கோமதி குதூகலமாக.

'ரைட். Let's call it a day. அதாவது இன்னைக்கு இதோட முடிச்சுப்போம். அடுத்த க்ளாஸ்ல, அதாவது வென்ஸ்டே அன்னிக்கு மறுபடியும் மீட் பண்ணலாம்.'

விடை கொடுக்க எழுந்த உஷா மேமை, கோமதியின் கேள்வி உட்கார வைத்தது... 'ஆன்ட்டி... அது 'வெட்னஸ்டே' தானே. ஏன் வென்ஸ்டேனு சொல்றீங்க?'

'ஏன்னா wed-ல இருக்கற d -க்கு சவுண்ட் இல்ல. சைலண்ட்!' என்று கூறியவர், 'கோமு! ஷிவானி குட்டியோட 'ப்ராக்ரஸ்' பத்தி அவளோட மிஸ்கிட்டே நீ விசாரிக்கிற மாதிரி 5 கேள்வி எழுதிட்டு வா. வித்யா! நீ ஃப்ரெண்ட்ஸ் கிட்டே அவங்க சமீபத்துல படிச்ச புக் பத்தி விசாரிக்கற மாதிரி எழுதிட்டு வா...' ஹோம் வொர்க் கொடுத்துவிட்டு வகுப்பை முடித்தார் மேம்.

Infinitive	simple past	Past participle	
1. to like	liked	liked	(Regular
to kill	killed	killed	verb)
2. to eat	ate	eaten	(Irregular
to put	put	put	verb)

5

Follow up வார்த்தைகள்

'நான் ஒரு சந்தேகத்தைக் கேக்கலாமா, மேம்?' வித்யாவின் கேள்விதான் அன்றைய வகுப்பின் ஆரம்பம்!

'கோ ஆன்...' என்று உஷா மேம் பச்சைக் கொடி காட்டவும், 'Yes No கேள்விகளுக்குச் சுருக்கமா பதில் பேசிடறோம். அதுமாதிரியே Wh-கேள்விகளுக்கும் பதில் சொல்லலாமா... இல்லேன்னா, முழு வாக்கியத்துலதான் பதில் சொல்லணுமா?' என்று கேட்டாள் வித்யா.

'அதுக்கும்கூட சுருக்கமாவே பதில் சொல்லலாம், வித்யா. உதாரணமா A,B னு ரெண்டு பேர் பேசிக்கிறதா வச்சுப்போம்' என்ற உஷா மேம், இப்படி போர்டில் எழுதினார்...

A: What were you doing yesterday evening?

B: Reading a novel.

A: Where did you buy it?

B: At Higginbothams.

பிறகு, வித்யா பக்கம் திரும்பிய உஷா மேம், 'இந்த டயலாக்ல B முழு வாக்கியத்துல பதில் சொல்லல. அதாவது, 'I was reading a novel' னோ , 'I bought the book at Higginbothams'னோ சொல்லாம சுருக்கமா பேசறார். இப்படி சில சமயம் subject, object I விட்டுட்டும்,

verb ஐ கட் பண்ணிட்டும் பேசறதை minor sentence னு சொல்றோம்' என்று சொல்லிவிட்டு, 'உரையாடல்ல மூணு முக்கிய அம்சங்கள் இருக்கு...' என்றபடி அவற்றை போர்டில் எழுதினார்.

1. Initiate தொடங்கி வைத்தல்
2. respond பதிலளித்தல்
3. Follow up தொடர்ந்து பேசுதல்/முடித்தல்

வித்யாவும், கோமதியும் அதை குறிப்பெடுத்துக் கொண்டிருக்க, உஷா மேம் விளக்கினார்.

'நாம் பேச ஆரம்பிக்கிறதை Initiate னு சொல்றோம். அது ஒரு கேள்வியாகவும் இருக்கலாம்; சாதாரண வாக்கியமாகவும் இருக்கலாம். அந்தக் கேள்விக்கு பதில் சொல்றதுதான் respond. இந்த பதில் முழு வாக்கியமாகவும் இருக்கலாம்; minor sentence-ஆகவும் இருக்கலாம். இப்ப பார்த்தோம் இல்லியா, A,B க்கு இடையில் நடந்த உரையாடல்... அதுல இந்த ரெண்டு அம்சங்கள்தான் இருக்கு. follow up இல்ல.'

'Follow up-ங்கிறது எப்படி இருக்கும், ஆன்ட்டி?' என்றாள் கோமதி.

'அதுவும் வார்த்தைகள்தான். ஆனா, பேசறவங்களோட குணாதிசயத்தை வெளிப்படுத்தற வார்த்தைகள்!'

'ஒரு மாடல் டயலாக் சொல்லுங்க, மேம்.' இது வித்யா.

'பொதுவா, ஒரு உரையாடல் Initiate, respond ங்கிற முறையிலேயே போயிட்டிருக்கலாம். ஆனா, அப்பப்ப நடுவுல கொஞ்சம் வித்தியாசமா follow up வார்த்தைகளையும் போட்டுப் பேசினா சுவாரஸ்யமா இருக்கும். அதுல நம்ம ஆர்வம், கோபம், விருப்பு, வெறுப்புனு எல்லாம் பிரதிபலிக்கும். Oh really, I see, Let me see, Very interesting, Splendid, Sure, Keep it up, My goodness, I'm sorry, I'm afraid, Yeah of course... இப்படி பல இருக்கு!' என்ற உஷா மேம், 'உங்க ரெண்டு பேருக்கும் ஒரு situation சொல்றேன். கோமு! நீ வித்யாகிட்ட டைம் கேக்கிற. வித்யா டைம் சொல்றா. அப்புறமும் நீங்க கன்டினியு பண்ணி பேசணும். பேசுங்க, பார்ப்போம்' என்றார்.

வித்யாவும் கோமதியும் உற்சாகமாக பேசத் தொடங்கினார்கள்.

கோமு: What's the time?

வித்யா: It's five minutes past eight.

கோமு: Thank you.

வித்யா: No mention, please.

அவர்கள் பேசியதைக் கேட்ட மேம், 'வெல்டன்! மூணு அம்சத்தையும் கொண்டுவந்துட்டீங்க. Thank you, No mention please *ரெண்டும்* follow up *வார்த்தைகள்தான். இப்ப நான் ஒரு மாடல் டயலாக் எழுதறேன்...' என்று போர்டில் எழுத ஆரம்பித்தார்.*

A: What time is it?

B: 10.15

A: Oh, I'm late by 15 minutes.

B: You never come late. But, what happened today?

A: My two wheeler broke down.

B: Check your vehicle regularly.

A: Could you please tell your mechanic's name?

B: Raja. His mobile number **********.

A: Thanks.

B: You are welcome.

'வித்யா, இந்த டயலாக் பத்தி ஒரு கமெண்ட் கொடு பார்க்கலாம்.'

வித்யா சொன்னாள். 'A, B *ரெண்டு பேரும் ஒரே ஆபீஸ்ல வேலை பார்க்கறவங்க.* A *டைம் கேட்டு* Initiate *பண்றார்.* B respond *பண்றார்.* Oh, I'm late by 15 minutes-*ங்கிறது* follow up. *கடைசில* follow up *ல முடியுது.'*

'வெரிகுட், கோமு! இந்த டயலாக்ல minor sentences *இருக்கா? அப்படி இருந்தா அதை* major sentence *ல சொல்லு, பார்க்கலாம்.'*

கோமதி சொன்னாள்... '10.15-ங்கிறதை It's 10.15 *னு சொல்லலாம். மத்தது,* His name is Raja, His mobile phone number is*********, I thank you.'

கோமதி முடிக்கக் காத்திருந்தவள்போல் வித்யா கேட்டாள். 'மேம்! Thanks-*னு ஒருத்தர் சொன்னா நாம பதிலுக்கு* No mention please... *இல்லேன்னா,* don't mention it *தானே சொல்றோம். நீங்க* you are welcome *னு எழுதி இருக்கீங்களே?'*

‘நல்லா கூர்மையாத்தான் கவனிக்கிற வித்யா. குட். ‘You are welcome’ னு B பதில் சொல்றதுல அவரோட மனசு தெரியுது. அந்த வார்த்தையில ‘இந்த மாதிரி என் கிட்ட உங்க சந்தேகத்தை எப்பவுமே நீங்க கேக்கலாம். நான் சொல்லத் தயாரா இருக்கேன்’-ங்கிற அர்த்தம் இருக்கு. ஸோ, தாராளமா அப்படி சொல்லலாம்!’

‘ஆன்ட்டி! follow up வார்த்தைகள் கேள்வி பதிலை விட சுவையா இருக்கு. என்ன... நமக்கு ஒவ்வொரு வார்த்தைக்கும் அர்த்தம் தெரிஞ்சி பேசணும்’ என்று ஒருவிதமான ஏக்கத்தோடு கோமதி சொல்ல, ‘ஆமா... உங்க வீட்டுல நல்ல டிக்ஷனரி இருக்கா?’ என்று கேட்டார் மேம்.

‘இல்ல ஆன்ட்டி.’

‘முதல்ல அதை வாங்கு. தமிழ்ப் புத்தாண்டு வரப் போகுதே... ஷாப்பிங் பண்ண பணம் சேர்த்து வெச்சிருப்பே... பேசாம அதுல English Tamil Dictionary ஒண்ணை வாங்கிக்கோ. ரொம்ப யூஸ்ஃபுல்லா இருக்கும்.’ என்று உஷா மேம் சொல்லவும், கோமதியின் முகத்தில் லேசான மாற்றம்.

‘என்னாச்சு கோமதி, தமிழ்ப் புத்தாண்டுக்கு வேற ஏதாவது வாங்கணும்னு திட்டம் வெச்சிருக்கியா?’

‘ஆமா, ஆன்ட்டி. பட்டுப் புடவை வாங்கலாம்னு இருக்கேன்.’

‘அப்படியா, பரவாயில்லை. பட்டுப் புடவையை இன்னொரு சமயம் வாங்கிக்கலாம். அதுக்கு பதிலா டிக்ஷனரி வாங்கி, புத்தாண்டை கொண்டாடு கோமு!’

‘நீங்க சொன்னா சரி ஆன்ட்டி... வேணுமானா புதுசா ரெண்டு கர்ச்சீஃப் வாங்கிக்கறேன்!’

‘குட்! வித்யா, நீயும் Advanced Learner’s Dictionary of Current English ஒண்ணு வாங்கிடு.’

‘ஓகே. மேம். வர்ற தமிழ்ப் புத்தாண்டுக்கு நானும் கோமதி அக்காவும் டிக்ஷனரி வாங்கி, புது கர்ச்சீஃப்போட ஒரு போஸ் குடுத்துடறோம்!’ என்று வித்யா சொல்ல, கோமு வும் சேர்ந்து சிரித்தாள்.

‘டிக்ஷனரினு நீங்க சொன்னதும் ஞாபகத்துக்கு வருது. ஆமா, டிக்ஷனரில வெர்ப்புக்குப் பக்கத்துல v.t, i.vt னு போட்டிருக்கே. அதுக்கு என்ன மேம் அர்த்தம்?’ என்று கேட்டாள் வித்யா.

‘ஆஹா, இன்னக்கி principal verb பத்தின இன்னொரு வடிவத்தை உங்களுக்குச் சொல்லித் தரணும்னு தயார் பண்ணியிருந்தேன். நல்லவேளை நீயே ஞாபகப் படுத்திட்டே வித்யா…’ என்றபடி உஷா மேம் போர்டில் விறுவிறு என எழுத ஆரம்பித்தார்…

1. Mala eats an apple
2. Kala sleeps on the bed

‘இந்த வாக்கியங்கள்ல eats, sleeps னு ரெண்டு வெர்ப்-கள் இருக்கு. ஆனா, ரெண்டும் ஒரே மாதிரியானவை அல்ல. ஒரு வெர்ப்-ஐ மையமா வெச்சு ‘யாரால், எதனால்’னு கேள்வி கேட்டு, பதில் வந்ததுன்னா (object), அது v.t. அதாவது, transitive verb (செயப்படு பொருள் குன்றாவினை). பதில் வரலைன்னா இல்லே i.vt. அதாவது, Intransitive verb (செயப்படுபொருள் குன்றிய வினை). முதல் வாக்கியத்துல eats-ங்கிறது, v.t. ‘மாலா எதைச் சாப்பிடுகிறாள்’னு கேட்டா ‘an apple’னு பதில் வருது இல்லியா, அதனால!’

‘ரெண்டாவது வாக்கியத்துல sleeps-க்கு ‘யாரை, எதனால்’னு கேட்கவே ரொம்ப odd-B இருக்கு மேம்.’

‘ஆமா. ‘யாரை தூங்குகிறாள், எதைத் தூங்குகிறாள்’னு கேக்க முடியாது. Object வராது. அதனால, sleep - ங்கிறது i.vt’ என்ற உஷா மேம், வித்யாவிடம், ‘வித்யா! passive voice ல ஒரு v.t இருக்கிற வாக்கியம் சொல்லு’ என்றார். உடனே, "Ravana was killed by Rama’ என்றாள் வித்யா.

‘குட், ‘ராவணன் யாரால் கொல்லப்பட்டான்’-ங்கிற கேள்விக்கு "Rama’னு பதில் வர்றதால kill ஒரு v.t…’ உஷா மேம் சொல்ல, ‘ஆன்ட்டி, உங்ககிட்ட ஒவ்வொரு விஷயமா கத்துக்க கத்துக்க… நகை, நட்டு, வீடு, வாசல் எல்லாத்தையும்விட பெரிய சொத்து சம்பாதிக்கற மாதிரி சந்தோஷம் வருது…’ என்று பரவசப்பட்டாள் கோமதி.

‘நிஜம்தான். வள்ளுவரே சொல்லியிருக்காரே… அழியாச் சொத்து கல்விதான்னு. ஓகே. Tense ஐ மையமா வச்சு நிறைய இருக்கு. அடுத்த க்ளாஸ்ல இருந்து ஒவ்வொண்ணா பார்ப்போம். ஓகே. நாம கலையறதுக்கான நேரம் வந்தாச்சு!’ என்ற உஷா மேம் அவர்களுக்கு தந்த ஹோம் வொர்க்…

கீழ்க்கண்ட வெர்ப்-களில் எவை v.t, எவை i.vt?

like, walk, bring, buy, fly, go, catch, come

6

வாக்கியத்தில் ஐந்து வகை!

டியூஷனுக்கு வந்த வித்யாவிடம் கோமதி, 'ஆன்ட்டி 'இதோ வந்துர்றேன்'னு சொல்லியிருக் காங்க. அது வரைக்கும் நாம கத்துக்கிட்டதை ரிவைஸ் பண்ணுவோமா?' என்றாள்.

'ஓகே. அக்கா! ஆமா, மேம் கொடுத்திருந்த ஹோம்வொர்க்கை கம்ப்ளீட் பண்ணிட்டீங்களா?' என்று வித்யா கேட்க, 'பேஷா! படிக்கட்டுமா?' என்று படிக்க ஆரம்பித்தாள் கோமதி.

'ட்ரான்சிடிவ் வெர்ப்ஸ் like, bring, buy, catch. இன்ட்ரான்சிடிவ் வெர்ப்ஸ் - walk, fly, go,come. சரிதானே, வித்யா?'

வித்யா பதில் சொல்லும்முன், 'ஹாய், வித்யா! கோமுவோட ப்ராக்ரஸ் எப்படி?' என்று கேட்டபடி நுழைந்தார் உஷா மேம். அவருக்கு வணக்கம் சொன்ன வித்யா, 'எக்ஸலண்ட், மேம்' என்றாள்.

'ஆன்ட்டி! போன க்ளாஸ்ல வித்யாகிட்ட Passive voice ல ஒரு v.t (ட்ரான்சிடிவ் வெர்ப்) சொல்லச் சொன்னீங்க. அது எனக்குப் புரியல.'

'க்ராமர்ல active voice, passive voice-னு ரெண்டு இருக்கு, கோமு. object-ஐ கண்டுபிடிக்க ரெண்ண்டு விதமா கேள்வி கேக்கணும். யாரை, எதைனு கேட்டா active voice. யாரால், எதனால்னு கேட்டா passive voice' என்று உஷா மேம் சொல்ல,

'மேம்! கோமு அக்கா வாக்கிய அமைப்புகள்... அதான், sentence patterns பத்தித் தெரிஞ்சிக் கிட்டாங்கன்னா ஒரு கலக்கு கலக்கிடு வாங்க...' என்றாள் வித்யா.

அதையே கெட்டியாகப் பிடித்துக் கொண்ட கோமதி, 'ஆன்ட்டி... இன்னிக்கு அதையே பாடமா வெச்சுக்கலாமே' என்று கோரிக்கை வைத்தாள்.

'ஓ.யெஸ்... வெச்சுக்கலாமே' என்ற மேம், 'வித்யா! வாக்கிய அமைப்புகள் எவைனு நீயே எழுதிப் போடு' என்று வித்யாவிடம் மார்க்கர் பேனாவைக் கொடுத்தார்.

இதை எதிர்பார்க்காத வித்யா, ஒரு கணம் சுதாரித்துக் கொண்டு, எழுத ஆரம்பித்தாள்...

1. Subject + Verb
2. Subject + Verb + Object
3. Subject + Verb + Indirect Object + Direct Object

எழுதிவிட்டு மேமைப் பார்த்த வித்யாவிடம், 'முக்கியமான அமைப்புகள் மொத்தம் அஞ்சு இருக்கு. இன்னும் ரெண்டு தெரியலயா?' என்று கேட்டு விட்டு அவரே போர்டில் எழுதினார்.

4. Subject + Verb + Complement
5. Subject + Verb + Object + Complement

'கோமு! எல்லாத்திலயும் வெர்ப்னு வருது இல்லியா? அதுங்க ஒண்ணேவா, வேற வேறயா?'

'புரியல. க்ளூ குடுங்க ஆன்ட்டி.'

'நீதான் 'யாரை, எதை'-னு கேட்டு object ஐ கண்டுபிடிக்கிற எக்ஸ்பர்ட் ஆச்சே!'

போர்டை உற்றுப் பார்த்துவிட்டு, புரிந்து கொண்டவளாக, 'முதல் வகை வாக்கியத்துல object இல்ல. அதனால, அங்கிருக்கிறது இன்ட்ராசிடிவ் வெர்ப். 2,3, 5-ம் வாக்கியங்கள்ல object இருக்கு. அதனால அதுங்க ட்ரான்ஸிடிவ் வெர்ப். ஆமா, நாலாவது வகையில Complement வருது. அப்படின்னா... க்யா ஹை ஆன்ட்டி?' என்று கோமதி இந்தியில் கேட்க, மேம் தன் மூக்குக் கண்ணாடியை இறக்கி அவளைப் பார்த்துக் கொண்டே, 'என்ன... நேத்து ராத்திரி இந்திப் படம் பார்த்த பாதிப்பா?' என்றார் கிண்டலாக.

'ஆமா ஆன்ட்டி... எனக்கு இந்திப் படம்னா கொஞ்சம் புடிக்கும்...'

‘அப்படியா! சீக்கிரமா இங்கிலீஷ் கத்துக்கிறயோ இல்லியோ, இந்தி கத்துக்குவே போல இருக்கு!’ என்று கலாய்த்த மேம், ‘Complement னா வாக்கியத்தை நிறைவு செய்யும் ஒரு விஷயம்’ என்று சொல்ல, ‘Could you please tell me examples for sentence patterns?’ என்றாள் கோமதி, ஸ்டைலாக.

‘ஷ்யூர்!’ என்று சிரித்த மேம், வாக்கியங்களை உதாரணங்களாக எழுதிப் போட்டார்.

1. She	swims		
	-----	--------	
	S	V	
2. She	speaks	English	
-----	--------	--------	
S	V	O	
3. She	gives	me	a pen
-----	--------	------	--------
S	V	IO	DO
4. She	is	an engineer	
-----	--------	-------------	
S	V	C	
5. She	painted	the table	green
-----	--------	----------	-------
S	V	O	C

வித்யா கேட்டாள்... ‘Complement ஐ எப்படி கண்டு பிடிக்கறது மேம்?’ உடனே, கோமதியிடமிருந்தும் ஒரு கேள்வி... ‘Indirect object-ன்னா என்ன ஆன்ட்டி?’

‘போர்டுல இருக்கிற 4-வது, 5-வது வாக்கியங்களைப் பாருங்க. She is an engineer-ங்கிற வாக்கியத்துல subject-ம், complement-ம் ஒருத்தரையே குறிக்குது. அதனால அந்த வாக்கியம் subject complement-ல இருக்கு’ என்ற மேம், போர்டில் சில வாக்கியங்களை எழுதினார்.

- Mala became a doctor
- Kala looks happy
- Rani seems to be polite

‘கோமு! மேல சொன்னதெல்லாம் subject complement வாக்கியம் தான்! ஏன்னு சொல்லு...’

'மாலாவும் டாக்டரும் ஒருத்தரே. கலாதான் ஹேப் பியா இருக்கா. ராணிதான் பொலைட்டா இருக்கா. அதனால doctor, happy, polite எல்லாம் complement வார்த்தைகள்.'

'குட். வித்யா... நீ சொல்லு, 5-வது வாக்கியம் எப்படி object complement-னு.'

'அந்த வாக்கியத்துல the table-ங்கிற object தான் green-ஆக இருக்கு. அதனால, மேம்...'

'குட். இப்ப indirect object-ஐப் பத்தி கோமு கேட்டா இல்லியா... அதுக்கு வருவோம்...'

'நான் சொல்லட்டுமா மேம்?'

'ப்ரொஸீட்..'

'யாரை, எதைனு கேட்டா direct object வரும். யாருக்குனு கேட்டா indirect object. அதாவது, 'அவள் பேனாவை யாருக்குக் கொடுக்கிறாள்?'னு கேட்டா, 'me -எனக்கு'னு பதில் வருது. அந்த me-ங்கிறது indirect object.'

'அது மட்டுமில்ல வித்யா. She gives me னு மட்டும் எழுதினா 'அவ எதைக் குடுத்தா'னு கேட்டா அர்த்தம் முழுமையா வரல. அதுக்கு ஒரு direct object போட்டாதான் அர்த்தம் வருது. வித்யா! சரி, S + V + IO + DO வகை வாக்கியத்துக்கு வேற உதாரணம் சொல்லு'

'Ma'am teaches us English' என்றாள் வித்யா.

'இதை Ma' am teaches English to us-னு மாத்திக் கூட சொல்லலாம். Passive voice பத்தி நாம கத்துக்கிறப்ப இதை இன்னும் விரிவா பார்க்கலாம்' என்ற மேம், ஐந்து வாக்கிய அமைப்புகளுக்கும் உதாரண வாக்கியங்கள் எழுதி வருமாறு இருவருக்கும் ஹோம்வொர்க் கொடுத்து, அனுப்பினார்.

ஆங்கிலத்தில் சிறப்பாகப் பேச, எழுத Phrasal verbs மிக அவசியம். வெர்ப்புடன் Preposition சேர்ந்தால் வருவது Phrasal verb. அதில் உள்ள வார்த்தைகளுக்குத் தனியாக அர்த்தம் கொள்ளக்கூடாது. தமிழில் கூட அப்படி உண்டு. (உ-ம்) கம்பி எண்ணினான் = சிறையில் இருந்தான். கம்பி நீட்டினான் = தப்பித்தான்.

இந்த வகையில் call on என்பது ஒரு Phrasal verb. இதற்கு 'மேலே கூப்பிடு' என்று அர்த்தமல்ல. ஒருவரை இருப்பிடம் தேடிச் சென்று சந்தித்தல் என்று அர்த்தம். இதையும்கூட பெரியவர்களை சிறியவர்கள் சென்று சந்திக்கும்போதுதான் உபயோகப்படுத்த வேண்டும். இது பதவியில் உள்ளவர்களுக்கும் பொருந்தும்.

(உ-ம்) The P.M. called on the President

The Finance Minister called on the P.M.

He Kicked the bucket என்று இன்னொரு idiom verb உண்டு அதற்கு, 'அவர் இறந்துவிட்டார்' என்று அர்த்தம்! கவிழ்த்து போட்ட ஒரு பக்கெட் மீது ஏறி நின்று, கயிற்றில் தூக்கு மாட்டிக்கொண்டு பக்கெட்டை எட்டி உதைத்து தற்கொலை செய்து கொண்டதைக் குறிக்க ஆரம்பித்து, பொதுவாக இறப்பைக் குறிக்கவும் இதுவே வழக்கத்தில் வந்துவிட்டது. ஆனால், இது கொச்சை மொழி (slang) தான், மரியாதை மிக்கவர்கள் இறந்துபோனால், அவர்களுக்கு இதை உபயோகிக்கத் கூடாது. அவர்களை அவமானப்படுத்துவதாக ஆகிவிடும்.

7

Present Continuous Tense

'**மே** ஐ ஹெல்ப் யூ, மேம்?' என்று வித்யா கேட்டபோது, உஷா மேம் தோட்ட வேலையில் மும்முரமாக ஈடுபட்டிருந்தார். அவருக்கு உதவியாக, கோமதி யும் செடிகளுக்கு தண்ணீர் ஊற்றிக் கொண்டு இருந்தாள்.

'வா, வித்யா! நீயும் எங்க ஜோதியில கலந்துக்கோ. அந்த செம்பருத்திச் செடிக்குத் தண்ணி ஊத்து' என்றார் மேம்.

நடுவே புகுந்த கோமதி, 'ஆன்ட்டி! இந்த சூழல் நல்லா இருக்கு. இன்னிக்கு கிளாஸை இந்த கிரானைட் பெஞ்ச்சுலயே வச்சுக்கலாமா?' என்றாள்.

மேம் 'சரி' என்று சொல்லி முடிக்கும் முன்பே வித்யா, 'ஐயோ! எலி... எலி... பெரிய எலி!' என்று கத்திக்கொண்டு, பெஞ்ச் மேல் ஏறி நின்று விட்டாள்.

எலி அங்கும் இங்குமாக ஓட, கோமதி அதைத் துரத்தினாள். கூடவே கமென்ட்ரி வேறு. 'Rat! Rat! It's running. It's jumping. It's climbing on the wall.'

காம்பவுண்டில் இருந்த துவாரம் வழியாக எலியைத் துரத்திவிட்டுத் திரும்பிய கோமதி, உஷா மேமும் பெஞ்சு மீது நின்றிருப்பதைப் பார்த்து சிரிக்க ஆரம்பித்தாள்.

'ஆஹா! கண் கொள்ளாக் காட்சி! வாத்யார் தான் பசங்கள பெஞ்சு மேல நிக்க வெப்பாங்க. இங்கே ஆன்ட்டி... நீங்களும் வித்யாவோட

சேர்ந்து நிக்கறீங்க... Both of you are standing on the bench!' என்று கை தட்டினாள்.

'I'ம் ஸாரி...' என்றார் உஷா மேம். 'காலையில எலிக் காய்ச்சல் பத்தி பேப்பர்ல படிச்ச எஃபெக்ட்தான்' என்றவர், கோமதியைப் பாராட்ட ஆரம்பித்தார். 'வெல்டன் கோமு! நான் Present continuous tense-ஐப் பத்தித்தான் இன்னிக்கி பாடம் நடத்தணும்னு இருந்தேன். நீ அதுலயே நேச்சுரலா பேசிட்டயே!' வித்யாவும் 'ஆமா மேம்!' என்றாள் வியப்புடன்.

'நடந்துக்கிட்டு இருக்கிற ஒரு செயலை சொல்லணும்னா, வெர்ப் உடன் ing சேர்த்து (verb + ing) சேர்த்து continuous tense-ல சொல்லணும். நீ running, jumping, climbing, standing-னு சரியான முறையில பேசிட்டே. குட்!' என்று மேம் சொன்னதும், கோமதி பெருமையாக முகத்தை வைத்துக் கொண்டாள்.

வித்யா கேட்டாள்... 'டைம் (time)-க்கும் டென்ஸ் (tense)-க்கும் என்ன மேம் வித்தியாசம்?'

'பொதுவா டைம்ங்கிறது மூன்று பகுதிகளைக் கொண்டது; இறந்த காலம், நிகழ்காலம், எதிர்காலம்னு. ஆனா, டென்ஸ்-ங்கிறது இங்கிலீஷ் வெர்ப்பை அடிப்படையா கொண்டது. இங்கிலீஷ்ல நிறைய tense-கள் இருக்கு... present continuous, simple present, simple past, past continuous, present perfect, past perfect-னு பல இருக்கு.'

'எந்த மாதிரி சமயங்கள்ல இந்த tense களை உபயோகிக்கணும் ஆன்ட்டி?'

'மொதல்ல present continuous tense-ஐ பார்ப்போம். இதை progressive tense-னு கூட சொல்வாங்க. கொஞ்ச நேரத்துக்கு மட்டும் தற்காலிகமா நடக்கற செயல்களுக்கு இதை உபயோகிக்கலாம்... இப்ப எலி வந்து போனது மாதிரி. அப்புறம், முன்னூறு பக்க நாவலை நீ படிச்சிட்டிருக்கேனு வை... நூறு பக்கம்தான் படிச்சி முடிச்சிருப்பே. அப்ப I am reading a novel-னு சொல்லலாம். அதுக்காக, பேசற சமயத்துல படிச்சிட்டு இருக்கணும்னு அவசியமில்லை.'

'I am building a house, aunty' என்றாள் கோமதி.

'குட்! அப்படி நீ சொல்லலாம். ஏன்னா வீடு கட்ட ஆரம்பிச்சுட்டே. ஆனா, இன்னும் முடிக்கல...'

'மேம்! நான் ரெண்டு sentence சொல்றேன். அப்படி பேசலாமானு சொல்லுங்க' என்றாள் வித்யா.

'ஓகே... சொல்லு.'

'I am coming today. I am coming tomorrow'.

'ரெண்டு மாதிரியும் சொல்லலாம். ரெண்டுமே present continuous tense-தான். முதல்ல சொன்னது present time பத்தினது. ரெண்டாவதா சொன்னது future time பத்தினது. இதை arranged event-னு சொல்வாங்க. இதைப் பத்திப் புரிஞ்சிக்க உங்களுக்கு ஒரு சின்ன வொர்க் தர்றேன். அடுத்த வாரம் திங்கட்கிழமையும், வெள்ளிக்கிழமையும் என்ன செய்யறதா இருக்கீங்கனு ஒரு டைரில எழுதுங்க. நாலு வார்த்தைக்கு மேல இருக்கக்கூடாது' என்று சொல்லிவிட்டு, ரோஜாச் செடியை கவனிக்கப் போய்விட்டார் மேம்.

கோமதியும் வித்யாவும் டைரி எழுத ஆரம்பித்தனர். வித்யாவின் டைரி...

Monday 5 pm... visit to beauty parlour

Friday 7 pm... meet friend for dinner

கோமதியின் டைரி...

Monday 9 am... go to hospital

Friday 12 pm... consult Shivanikutty's teacher

திரும்பி வந்த மேம், 'என்ன... எழுதி முடிச்சிட்டீங்களா?' என்றபடி அவர்களுடைய டைரிகளை வாங்கிப் படித்தார்.

'குட்! இப்போ ரெண்டு பேரும் டைரியை மாத்திக்கோங்க.'

இருவரும் மாற்றிக் கொண்டனர்.

'சரி. Present progressive-ல எதிர்காலம் பத்திப் பேசலாம்னு சொன்னேன் இல்லியா... இந்த டைரியில இருக்கற விஷயங்களை வெச்சு, ரெண்டு பேரும் கேள்வி-பதில் பாணியில பேசுங்க, பார்க்கலாம்...'

வித்யா: Can you meet me at 9 am on Monday?

கோமதி: Sorry, I'm going to hospital for check up.

வித்யா: What's your plan for Friday?

கோமதி: I'm consulting Shivani's teacher at 12 pm. Can we go for shopping on Friday evening?

வித்யா: Sorry, I'm meeting my friend Rani for dinner.

'வெரிகுட்... வெரிகுட்...' என்று பாராட்டினார் மேம்.

வித்யா கேட்டாள். 'மேம்! Present continuous tense-க்கு ஏத்த மாதிரி வெர்ப்ஸ் இருக்கா?'

'நல்ல கேள்வி. ஏத்த மாதிரியும் இருக்கு. அதுக்கு உபயோகிக்கக் கூடாத வெர்ப்ஸும் இருக்கு' என்ற மேம் விளக்க ஆரம்பித்தார்.

'உதாரணமா remember-னு ஒரு வெர்ப். I am remembering her-னு சொல்லக் கூடாது. I remember her-னு தான் சொல்லணும். அதேமாதிரி, verb+ing சேர்க்கற முறையை love, hate வெர்ப்களுக்கு பயன்படுத்தக்கூடாது.'

மேம் சொல்லி முடித்ததும், 'I am loving her-தவறு. I love her-சரி. அப்படித்தானே' என்று கோமதி கேட்க, "I hate her-சரி. I am hating her-தவறு, அப்படித்தானே' என்றாள் வித்யா.

'நீங்க சொல்றது ரொம்பச் சரி' என்று மேம் தலை அசைக்க, 'வெர்ப் லிஸ்ட் இருந்தா குடுத்துடுங்க ஆன்ட்டி. நாங்க எழுதிக்கிறோம்' என்றாள் கோமதி.

Present continuous tense கூடாதவை என்று மேம் சொன்னவை...

Like, want, need, prefer, believe, belong, understand, consist, smell, hear, know, forget, mind, resemble.

அதே மாதிரி present continuous tense-க்கு ஏற்ற மாதிரி வெர்ப்-கள்:

become, increase, grow, improve, begin, change, get, rise, fall.

'உங்க ரெண்டு பேருக்கும் ஹோம் வொர்க்குக்கு அஞ்சு வாக்கியங்கள் தர்றேன். சரியா, தப்பானு சொல்லுங்க. தப்பா இருந்தா சரி பண்ணிட்டு வாங்க... இதோ எழுதிக்கோங்க...'

கீழ்க்கண்ட வாக்கியங்கள் சரியா, தவறா?

1. I prefer coffe to tea
2. I am wanting apples
3. The water level rises in the dam
4. I am hearing the sound
5. I am getting tired

பேச... புரிந்துகொள்ள... டிப்ஸ்

சிலர் வெர்ப்களை நேரடியாகப் பயன்படுத்தாமல் Idioms and phrases (மொழி மரபுச் சொற்றொடர்கள்) ஆகப் பேசுவார்கள். Call என்கிற வெர்ப் அப்படிப்பட்ட ஒன்று. நான் அவனுக்கு டெலிபோன் செய்தேன் என்பதை 'I telephoned him' என்று சொல்வதற்குப் பதிலாக 'I called him up' என்று சொல்லாம்.

'நானே உங்களை போனில் கூப்பிட்டுப் பேசுகிறேன்' என்பதை I'll 'call you back 5 minutes later' எனலாம்.

சில கதைகளில் 'She called him names' என்று வரும். அதன் பொருள்: 'அவனை அவள் திட்டினாள்.'

எமர்ஜென்சி சமயங்களில் ராணுவம் அல்லது தீயணைப்புப் படை வருகிறது அல்லவா? அதை 'The army/fire brigade was called out' என்று சொல்லலாம்.

நீங்கள் யாரையாவது சிறிது நேரத்துக்கு மட்டும் சந்திக்க அழைக்கிறீர்களா? 'Could you call by later?' என்று சொல்லுங்கள்.

கவனத்தை ஈர்த்தல் என்ற பொருளில், 'I call your attention to this letter' என்ற வாக்கியத்தை பயன்படுத்தலாம்.

ஒளிவு மறைவு இல்லாமல் பேசுவதை என்றும்... எதிர்பாராமல் திடீரென்று போய்ப் பார்த்தலை, 'I called in to see Kavitha on my way to office' என்றும் சொல்லலாம்.

8

சமிக்ஞை வார்த்தைகள்...

'இன்னிக்கு க்ளாஸ்ல சமிக்ஞை வார்த்தைகள்... அதாவது, சிக்னல் வேர்ட்ஸ் (signal words) பத்தி தெரிஞ்சிக்குவோம். அது ரொம்ப யூஸ்ஃபுல்லா இருக்கும்' என்று ஆரம்பித்தார், உஷா மேம்.

'டிராஃபிக் சிக்னலைத்தான் கேள்விப்பட்டிருக் கேன். இதென்ன ஆன்ட்டி புதுசா இருக்கு!' என்றாள் கோமதி. வித்யாவும் மிக உற்சாகமாக கவனிக்க, உஷா மேம் தொடர்ந்தார்.

'இங்கிலீஷ்ல குறிப்பிட்ட சில வார்த்தைகளைப் போட்டாலே 'இந்த வாக்கியம் இப்படித்தான் இருக்கும்'னு தெரிஞ்சிடும். அதனால மத்தவங்க என்ன பேச வராங்கனு உடனே புரிஞ்சிடும். அந்த வார்த்தைகள்தான் சமிக்ஞை வார்த்தைகள். சரி, போன க்ளாஸ்ல Present continuous tense-ஐ கத்துக்கிட்டோம் இல்லியா? அதன் தொடர்ச்சியா இப்ப சில வாக்கியங்களைப் பார்ப்போம்...' என்று போர்டில் எழுதினார் மேம்.

I am teaching now.

You are writing at present.

'இந்த வாக்கியங்கள்ல now, at present ரெண்டும் சிக்னல் வார்த்தைகள். Present continuous tense க்கு இந்த வார்த்தைகளைப் போடணும்னு ரூல் இருக்கு. அதேமாதிரிதான் look, listen வார்த்தைகளும். அதுக்கெல்லாமும் verb + ing வரணும்!' என்றபடி இப்படி போர்டில் எழுதினார் மேம்...

Look! I'm showing this pen.

Listen! I'm telling you a story.

'ஆன்ட்டி! போன க்ளாஸ்ல நீங்க குடுத்த ஹோம்வொர்க் 'The water level rises in the dam' சரியான வாக்கியம் தானே? வித்யா சொல்றா... rises க்கு பதிலா is rising தான் வரணும்னு' என்றாள் கோமதி.

'ஆமா மேம்! is rising தான் வரும் இல்லியா? நீங்க கொடுத்த continuous tense க்கான லிஸ்ட்ல rise- ங்கிற வெர்ப் இருக்கு!' என்று வாதாடினாள் வித்யா.

'நீர் மட்டம் ஒரே இடத்துல நிக்காது இல்லியா? அதனால rising னும் சொல்லலாம். The cost of living in Chennai is rising; The price of petrol is rising னு சொன்னா இஃபெக்டிவாதான் இருக்கும். அதேநேரம், நியூஸ் பேப்பர்ல தலைப்பா கொடுக்கணும்னா, Water level rises in Mettur னு கொடுக்கலாம். தப்பில்லை. சரி, இப்ப இந்த விவாதமே நம்ம அடுத்த டாபிக் 'Simple present tense'க்கு நல்ல ஆரம்பமா அமைஞ்சிட்டது' என்றார் மேம்.

verb+ing க்கு வராத சில வெர்ப்ஸ்

'ஆன்ட்டி! simple present க்குக் கூட சிக்னல் வார்த்தைகள் இருக்கா?'

'இல்லாம பின்னே? எழுதிக்கோங்க...'

மேம் சொன்ன லிஸ்ட்... always, every, often, normally, usually, sometimes, seldom, never

'இந்த வேர்ட்ஸ்ல ஏதாவது ஒண்ணை உபயோகப்படுத்தி ஒரு உதாரண வாக்கியம் சொல்லுங்க...'

'I often use my cell phone' என்றாள் வித்யா.

'இப்படி இல்லேன்னா நீ காலேஜ் பொண்ணே இல்ல' என்று கமெண்ட் அடித்த கோமதி, 'I sometimes watch T.V.' என்றாள்.

'ஆஹா கோமு... நீ பொய் சொல்றதுக்கு அளவே இல்லியா' என்று கலாய்த்த மேம், 'You always sit before the idiot box!'னு தானே உன்னை பத்தின இமேஜ் இருக்கு!' என்றார் கண்சிமிட்டியபடி.

'உங்ககிட்ட கத்துக்கிற நாள் முதலா டி.வி பாக்கறதைக் குறைச்சுட்டேன் ஆன்ட்டி... ஆமா... seldom னா என்ன அர்த்தம்?'

'Seldom - னா எப்போதாவது... rarely னு அர்த்தம். சில சமயம் நெவர்னு கூட அர்த்தம் வரும். அபூர்வமானு அர்த்தம் செஞ்சிக்கிட்டா நல்லது.

I seldom go to theatre. சின்ன வயசுல போனதுதான்' என்று பேசியபடியே போர்டில் சில வாக்கியங்களை எழுதிப் போட்டார் மேம்.

1. Malini walks in the park every morning.

2. She often drinks tea in the afternoon

3. She never tells lies

'இதெல்லாம் என்ன...' மேம் முடிக்கவில்லை. கோமதி, 'சமிக்ஞை வார்த்தைகளைப் பார்த்தாலே தெரியுதே ஆன்ட்டி, Simple present னு...' என்றாள்.

'சரி... அந்த சிக்னல் வார்த்தைகள் சொல்ல வர்றதென்ன?'

வித்யா, கோமதி இருவரும் மவுனமாயிருந்தனர்.

'ஒண்ணாவது, ரெண்டாவது வாக்கியங்கள் மாலினியோட தினசரி பழக்கங்கள் பத்திப் பேசுது. அதுல வர்ற actions... அதாவது நடக்கறது, குடிக்கறது எல்லாம் 'ரிபீட்' ஆகுது, ஒவ்வொரு நாளும். அப்படி ரிபீட் ஆற செயல்களை simple present -லதான் சொல்லணும். மூணாவது வாக்கியம் மாலினியோட குணத்தைச் சொல்லுது. அதுக்கும் simple present தான்...'

'மேம்! அப்படிப்பட்ட வாக்கியங்களை do வரிசை வெர்ப்லதான் சொல்லணும் இல்லியா?'

'டெஃபனட்லி... இப்ப நீங்க கத்துக்கிட்டதுக்கு ஒரு சின்ன டெஸ்ட்... நீங்க ரெண்டு பேரும் ஒருத்தொருக் கொருத்தர் அறிமுகமே இல்லாத, strangers மாதிரி பேசணும்... அது simple present ல இருக்கணும்' என்று hint கொடுத்தார் மேம்.

'நாங்க ரெண்டு பேரும் என்ன பேசிக்கணும்னு மொதல்ல டிஸ்கஸ் பண்ணிக்கிறோம்' என்று வித்யாவும், கோமதியும் தங்களுக்குள் ஐந்து நிமிடங்கள் விவாதித்துக் கொண்டனர். பிறகு பேசத் தொடங்கினர். (V - வித்யா, G - கோமதி)

V: Hello! I'm Padma. Glad to meet you.

G: Hai! I'm Kala. What do you do?

V: I work in a bank.

G: Are you married?

V: No, I'm not. When do you get up daily?

G: I usually get up at 5.30.

V: Do you have your exercises then?

G: I sometimes do my exercise. Not daily.

V: What does your husband do?

G: He works as an engineer.

V: What magazines do you read?

G: I read women's magazines.

V: Thank you for a nice chat.

G: You're welcome.

'வெரிகுட்... 'கப்'னு பிடிச்சுக்கிட்டீங்க' என்ற மேம், திடீரெனக் கேட்டார்... 'ஆமா... தமிழ்நாடே இப்ப ரொம்ப பரபரப்பா இருக்கு இல்லியா?'

'ஆமா ஆன்ட்டி... மே மாசம் தேர்தல் வருது.'

'தேர்தல் கமிஷன் முன் கூட்டியே தேதி ஃபிக்ஸ் பண்ணி அட்டவணை குடுத்துட்டாங்க இல்லியா... அத பேசறப்ப Simple present லதான் சொல்லணும்.'

"Tamil Nadu goes to polls on May 8. சரியா மேம்?'

'வெரிகுட். நியூஸ் எல்லாம் நல்லா தெரிஞ்சு வச்சிருக்கே. அதேமாதிரி, ரயில்வே டைம் டேபிளைக்கூட Simple Present ல தான் சொல்லணும்.

Brindavan Express leaves Chennai Central at 07.15 hrs.'

'வேற எங்கே இந்த tense வரும் ஆன்ட்டி?' என்று கோமதி கேட்டதும், திடீரென பழைய நினைவுகளில் மூழ்கிப் போனார் மேம்.

'ஆன்ட்டி!'

'மேம்!' என்று இருவரும் உலுக்காத குறையாக அவரை எழுப்பியதும், நனவு நிலைக்கு வந்தவராக மேம், 'Kumble bowls to Flintoff and Flintoff hits the ball hard... and the ball goes to the boundary like lightning...' என்று ரன்னிங் காமென்ட்ரி கொடுத்தார்.

'ஆஹா! கிரிக்கெட் மேட்சையே பார்த்த திருப்தி கெடைச்சிடுச்சி ஆன்ட்டி...'

'எங்க காலத்துல டி.வி. கிடையாது. காமென்ட்ரி கேட்டே இங்கிலீஷ் பேசறதைக் கத்துக்கிட்டோம்...' என்றார் மேம்.

'மேம்! காமெண்டரில present continuous tense கூட சொல்லலாமே... the ball is going to the boundary like lightning னு...'

'பெர்மிஷன் கிரான்டட்... ஆமா! நீ ஸ்கூல்ல மூலகங்கள் பத்தி படிச்சிருக்க இல்லியா... நீர்ல என்னென்ன மூலகங்கள் இருக்கு?'

'ஹைட்ரஜன் அண்ட் ஆக்ஸிஜன்.'

'கோடி வருஷத்துக்கு முன்னால இருந்த நீர்லயும் இதுங்க ரெண்டும்தான் இருந்துச்சு... இனிமேலும் இதுங்கதான் இருக்கும். இதை scientific fact னு சொல்றோம். இந்த மாதிரி விஷயங்களை present ல தான் சொல்லணும். Water contains hydrogen and oxygen கோமு! உனக்குத் தெரிஞ்ச ஒரு fact ஏதாவது சொல்லேன்...'

'பூமி சூரியனைச் சுத்துது'

'அதை இங்கிலீஷ்ல சொல்லு...'

'The earth rotates round the sun.'

வித்யாவும் சொன்னாள்: 'The sun rises in the east.'

'குட். இந்த rise-ஐ விடமாட்டே போலி ருக்கே...' என்று சிரித்தார் மேம்...

'ஹோம் வொர்க் குடுக்கறேன். எழுதிக் கோங்க... ஒரு habit, ஒரு future plan, ஒரு fact னு simple present ல வர்ற மாதிரி வாக்கியங்கள் எழுதிட்டு வாங்க. That's all, today. bye...'

இங்கே எப்போதும் present continuous tense, simple present tense ஆகியவற்றுக்கான வெர்ப்ஸை நன்கு அறிந்திருப்பது நல்லது...

See, hear, smell இவையெல்லாம் புலன்கள் (senses) சார்ந்த வெர்ப்ஸ். அந்தச் செயல்களை அனுபவிப்பவர்கள் மட்டுமே உணர முடியும். அதேமாதிரி want, love, hate, like எல்லாம் மனக்கிளர்ச்சி (emotion) சார்ந்த வெர்ப்ஸ். இவையும் அவரவர்களுக்கு தெரியும். இதேமாதிரி know, understand, think - எல்லாம் சிந்தித்தல் (thinking) சம்பந்தப்பட்ட வெர்ப்ஸ். இவற்றுக் கெல்லாம் verb+ing போட்டு எழுதக்கூடாது என்று ஏற்படுத்தி வைத்திருக்கிறார்கள். simple present தான் இவற்றுக்கு உகந்தவை. She is knowing your friend - தவறு. She knows your friend - சரி.

....

Signal words பற்றித் தெரிந்து கொள்ள www.google.com-ல் signal words என்று தட்டுங்கள். ஏராளமான உதாரணங்களை உங்களுக்குத் தேடித் தரும்.

For example னு சொன்னா அடுத்து ஒரு உதாரணம் வரும்னு எடுத்துக்கலாம். such as, similar to இந்த ரகம்தான்.

However, although னு சொன்னா ஒப்பீடு - வேற்றுமைக்கான சமிக்ஞைகள் (compare & contrast signals)

As a result, therefore என்பவை முடிவுரைக்கான சமிக்ஞைகள் (conclusion signals)

Because, consequently ஆகியவை காரண (reason) சமிக்ஞைகள்.

More over, in addition போன்றவை ஒரு கருத்தைத் தொடர்ந்து வலியுறுத்தும் (continuation) சமிக்ஞைகள்.

....

9

கதை சொல்ல

வித்யாவின் செல்போன் சிணுங்கியது. கோமதிதான் பேசினாள். 'வித்யா! இன்னிக்கு கிளாஸ் எங்க வீட்டு மாடிலதான் நடக்குது. வந்துடு.'

கோமதியின் குட்டிப் பெண் ஷிவானி க்ரேயான் பென்சில் களை வைத்துக்கொண்டு கிறுக்கிக் கொண்டிருக்க, மாடி யின் திண்டில் அமர்ந்தபடி அதை வேடிக்கைப் பார்த்துக் கொண்டிருந்தார் உஷா மேம்.

'ஹாய், ஷிவானி! இந்த பென்சிலை எப்ப வாங்கினே?' என்று மேம் கேட்டதற்கு, 'சின்ன வயசுல!' என்றாள் ஷிவானி மழலை மொழியில். 'அப்படியா?' என்று மேம் ஜாலியாக திகைப்பு காட்ட, 'போன மாசம்தான் வாங்கிக் குடுத்தோம், ஆன்ட்டி!' என்றாள் கோமதி.

'பாரு! பெரிய மனுஷி மாதிரி பேசறா.. சின்ன வயசாம்...' என்று சிரித்த மேம், 'கோமு! நம்ம எல்லாருக்கும்கூட ஒரு சின்ன வயசு.. ஒரு Past இருக்கு... கஷ்டமோ, நஷ்டமோ எப்பவும் past ங்கிறது ஒரு சுவாரஸ்யமான விஷயம்தான்' என்றார்.

அப்போது வணக்கம் செலுத்தியபடி வித்யா அங்கே வர, 'வா, வித்யா! மாடில வாட்டர் டேங்க் ரிப்பேர் ஆயிடுச்சி... அதைப் பார்க்க வந்த என்னை கோமதி வளைச்சுப் போட்டுட்டா. உன்னையும் வரவழைச்சுட்டா! இன்னிக்கு சுலபமான... ஆனா,

இன்ட்ரஸ்ட்டிங்கான டாபிக்... Simple past and past continuous tense. ரெண்டையும் ஒண்ணா கத்துக்கலாம்.'

'மேம்! நானும் கதை சொல்றவங்களைக் கவனிச்சிருக்கேன். ரெண்டு tense -ஐயும் ஒண்ணா மிக்ஸ் பண்ணித்தான் பேசுவாங்க.'

'Yes. You caught the point. அப்படி மிக்ஸ் செய்யக் காரணம் இருக்கு. கதை சொல்றது எப்பவும் past tense-லதான் நடக்கும். அதுக்கு description (விவரித்தல்), narrative (கதை சொல்லுதல்)-னு ரெண்டு அம்சங்கள் இருக்கு. விவரித்தலுக்கு past continuous tense-ம், கதை சொல்றதுக்கு simple past-ம் உபயோகிக்கணும்...' என்றார் மேம்.

'எப்படினு சொல்லுங்க ஆன்ட்டி...'

'இப்ப ஒரு கதை சொல்றேன். கேளுங்க. A lion was roaring in the forest and a monkey was sitting on the tree. A snake was crawling. Suddenly there was a big sound. The lion stopped roaring. The monkey jumped in fear. The snake went inside a hole. என்ன... கதை சுவாரஸ்யமா இருக்கா?'

'வெரி நைஸ் ஸ்டோரி ஆன்ட்டி' என்றாள் கோமதி.

'சிங்கம், குரங்கு, பாம்பு பத்தி விவரிக்கிறப்ப நீங்க Past continuous tense-ல சொன்னீங்க. பெரிய சப்தம் கேட்டதுக்கு அப்புறம் Simple past-ல கதை சொல்ல ஆரம்பிச்சிட்டீங்க மேம்!' என்றாள் வித்யா.

'கதைக்கு மட்டுமில்ல. நடந்து முடிஞ்ச எந்த நிகழ்ச்சியைப் பத்திப் பேசினாலும் செயல்களின் வரிசை ரொம்ப முக்கியம். எது முன்னால நடந்தது, எது பின்னால நடந்ததுனு தெளிவா இருக்கணும். ஒரு லெட்டரை எழுதிட்டுத்தான் போஸ்ட் பண்றோம். போஸ்ட் பண்ணிட்டு எழுதறதில்ல. அதை I wrote and posted the letter-னு வரிசையா சொல்லணும். ஆனா, சில வாக்கியங்கள் இருக்கு. அதுல வர்ற past tense-ஐ மாத்தினாகூட அர்த்தம் மாறாது. She enjoyed and liked Sheridan's novels -ங்கிறதை She liked and enjoyed Sheridan's novels-னு மாத்தினாலும் பிரச்னை இல்லை. ரெண்டும் ஒண்ணுதான்.'

'ஆமா, Past tense-க்குக் கூட சிக்னல் வார்த்தைகள் இருக்கா, ஆன்ட்டி?'

'காலம் பத்தின வார்த்தைகள்தான் அதுக்கு சிக்னல் வேர்ட்ஸா அமையும். வித்யா, அதைப் பத்தி உனக்கு ஏதும் தெரிஞ்சா சொல்லு.'

வித்யா சொன்னாள். 'Yesterday, three days ago, last week, last night, in1999-னு யூஸ் பண்றப்ப past tense உபயோகிக்கணும். உதாரணத்துக்கு, I bought a mango last week, I lived at Madurai in 1999.'

'குட்! today ங்கிற வார்த்தைகூட past tense-ல வரும். எப்ப தெரியுமா? காலைல பேங்க்குக்குப் போனது பத்தி மத்தியானம் பேசறப்ப... I went to bank today. நடந்து முடிந்த சம்பவங்கள் பத்தி பேசறப்ப ரெண்டு விதமா நாம பேசலாம். கம்ப்ளீட்டா முடிஞ்சு போன செயல்கள், அதுக்கு simple past உபயோகிக்கணும். இன்னொண்ணு middle of an action-னு வர்றது. இதுக்கு Past continuous tense உபயோகிக்கணும். Mala was eating dinner when Kala came home. இந்த வாக்கியத்துல கலா வர்றதுக்கு முன்னாடியே மாலா சாப்பிட ஆரம்பிச்சிட்டா... அதனால கலா வந்ததை simple past யும், மாலா சாப்பிடறதை Past continuous tense-லயும் சொல்லணும்,' என்ற மேம்,

'இதேமாதிரி ரெண்டு tense-ம் வர்ற மாதிரி உதாரண வாக்கியம் சொல்லுங்க,' என்று அவர்களை பணித்தார்.

வித்யா: When I saw my senior, she was looking for a job.

கோமதி: When I reached the school, Shivani was standing near the gate.

அவர்கள் இருவரும் சொல்லிக் கொண்டிருக்கும்போதே மேம் வித்யாவின் நோட்டில் ஒரு fill up the blank பாராவை எழுதி, அதை ஹோம் வொர்க்காகச் செய்யச் சொன்னார்.

அந்த ஹோம் வொர்க்...

I _____________ (invite) Rani and Vani for dinner last night. They _____________ (read) magazines while I _________________ (make) chappathis. We ___________ (talk) about our school days and then ______________ (have) our dinner.

'கோமு! எட்டிப் பார்க்காதே. Past tense பத்தி தெரிஞ்சுக்க வேண்டிய விஷயங்கள் இன்னும் இருக்கு... வித்யா நோட்டை வாங்கி அப்புறம் காப்பி பண்ணிக்கோ...' என்ற மேம், வித்யாவிடம், "When do you usually get up?' என்று கேட்டார்.

'I usually get up at 6' என்றாள் வித்யா.

'அதுதான் உன்னோட டெய்லி ஹேபிட். அதாவது ஆறுமணிக்கு எழுந்துக்கிறது... அதையே past tense ல , 'I usually got up at 6' -னு

சொன்னா அது past habit ஆயிடும். 'முன்னே ஆறுமணிக்கு எழுந்தேன், இப்ப இல்லை'னு அர்த்தம். ஒருத்தர் I used to smoke னு சொன்னா, இப்ப அவர் ஸ்மோக் பண்றதில்லைனு அர்த்தம்.'

உஷா மேம் தொடர்ந்து விளக்கினார்.

'இந்த always ங்கிற வார்த்தைகிட்ட ரொம்ப ஜாக்கிரதையா இருக்கணும்.

1. She always speaks the truth (simple present)
2. She always spoke the truth (simple past)
3. She was always speaking the truth (past continuous)

இந்த மூணு வாக்கியங்களும் மூணு விதமான அர்த்தங்களைச் சொல்லுது. நாம ஏற்கனவே முதல் ரெண்டு பத்தி தெரிஞ்சிக்கிட்டோம். அதாவது ஒண்ணாவது வாக்கியம்.. எப்பவும் இருக்கிற குணம், ரெண்டாவது எப்பவோ இருந்த குணம். ஆனா மூணாவது வாக்கியம் சொல்ல வர்றதே வேற. 'ஏண்டாப்பா இந்த பொண்ணு எப்பவும் உண்மையைப் பேசி நம்ம கழுத்தை அறுக்குது'னு இதுக்கு அர்த்தம்! She is always sweeping the floor னா கூட அப்படித்தான். 'தரையைச் சுத்தம் செய்யறதைக் கூட தேவையானப்பதான் செய்யணும். அதை விட்டுட்டு இவ என்ன எப்பவும் துடைப்பக்கட்டை யோட இருக்கா'னு ஆயிடும்' என்று மேம் சொன்னதும்... அங்கே சிரிப்பலை அடித்தது.

Past tense வரும் மற்ற இடங்கள்...

as if, as though, if only, it is time, wish என்று பயன்படுத்தும்போது வாக்கியத்தின் ஒரு பகுதியை past tense-ல்தான் சொல்ல வேண்டும்.

He talks as if he knew Rajnikanth.

(ரஜினிகாந்தை அருகில் கூட பார்த்திருக்கமாட்டான். ஆனால் தெரிந்த மாதிரி பேசுகிறான்)

He talks as if he were Tendulker.

(டெண்டுல்கர் மாதிரி தன்னை நினைச்சுக்கறான். ஆனா பேட் பிடிச்சா ஜீரோதான்)

I wish I knew Bill Gates.

(பில் கேட்ஸைத் தெரிஞ்சிருந்தா எவ்வளவு நன்றாயிருக்கும். தெரியலையே...)

It is time you started saving money.

(சேமிப்பை நீ முன்னமே பண்ணியிருக்கணும். இன்னும் ஆரம்பிக்கவே இல்லை...)

If only I knew the answer...

(விடை மட்டும் தெரிஞ்சிருந்தா...)

What were you doing in the kitchen?
(past continuous)

what did you do in the kitchen? (simple past)

- இந்த இரண்டு கேள்விகளிலும், முதல் கேள்விக்கு 'நீ சமையலறைக்குப் போயிருக்கக் கூடாது. அங்கே அப்படி என்ன வேலை?' என்று கடிந்து கொள்ளும் தொனி உண்டாகிறது. இரண்டாவது கேள்வி சாதாரணமாகக் கேட்கப்படும் கேள்வி.

10

Perfect-ன்னா இதுதான்!

Perfect-ங்கிற வார்த்தை அகராதியில் மட்டும்தான் இருக்கு. நாம அதை நோக்கி முயற்சிதான் பண்ணிட்டு இருக்கோம். யெஸ், இது Perfect Tense நேரம்! வித்யாவுக்கு செமஸ்டர் முடிந்து விட்டது. கோமதியின் சுட்டிப் பெண் ஷிவானிக்கும் லீவு விட்டாச்சு! ஷிவானியை நைஸாக அவள் பாட்டியிடம் விட்டுவிட்டு கோமதி வர, கூடவே உள்ளே புகுந்தாள் வித்யா.

'வா, கோமு... வா வித்யா!' என்று வரவேற்ற உஷா மேம், வித்யா பக்கம் திரும்பி, 'Have you completed your exams?' என்று அக்கறையாகக் கேட்டார்.

'Yes, I have. But I've no satisfaction' என்று உற்சாகமிழந்த குரலில் கூறினாள் வித்யா.

'வித்யா! இந்த உலகத்துல திருப்திகரமா, perfect ஆ எதையுமே பண்ண முடியாது. Perfect-ங்கிற வார்த்தை டிக்ஷனரியில மட்டும்தான் இருக்கு. We are only striving towards perfection. ஆமா... அதை நோக்கி நாம முயற்சி தான் பண்ணிக்கிட்டு இருக்கோம்!' என்று மேம் அவளை ஆறுதல்படுத்த, கோமதி நடுவில் புகுந்து, 'என்ன ஆன்ட்டி... இன்னிக்கு perfect tense பத்திக் கத்துத் தரப் போறீங்களோ?' என்று டாபிக்கிற்கு வந்தாள்.

வித்யாவும் ஆர்வமாக, 'ஆமா மேம்.. நம்ம க்ளாஸ்ல இது perfect tense நேரம்!' என்றாள்.

'வாவ்! ரெண்டு பேரும் இவ்வளவு ஆர்வமா இருக்கீங்களே. சரி... இன்னிக்கே க்ளாஸை ஆரம்பிச்சுட லாம். வராந்தாவுல இருக்கிற போர்டையெல்லாம் துடைச்சு வைங்க. நான் வந்துர்றேன்' என்று கிச்சன் பக்கம் ஓடினார் உஷா மேம்.

எல்லாம் தயாரானதும் அங்கு வந்த மேம், 'போன க்ளாஸ்ல கொடுத்த ஹோம் வொர்க் என்ன?' என்று கேட்கவும், கோமதி தன் நோட்டுப் புத்தகத்தைப் புரட்டினாள்.

'என்ன, ஹோம் வொர்க்குக்கு ஜூட் விட்டுட்டீங்களா?' என்று மேம் சிரித்தபடி கேட்க, 'ஆமா மேம்' என்றாள் வித்யா, கூச்சத்துடன்.

'சரி... சரி. நானே ஆன்ஸர் சொல்லிடறேன்...' என்று நோட்டை வாங்கிப் பார்த்த மேம், 'simple past, past continuous வர்ற மாதிரி வொர்க் குடுத்திருக்கேன். ஓகே. அதுக்கு ஆன்ஸர் சொல்றேன் கவனமா கேட்டுக்கோங்க... I invited Rani and Vani for dinner last night. They were reading magazines while I made chappathis. We talked about our shool days and then had our dinner' என்று சொன்னார்.

'மேம்! எனக்கு ஒரேயரு சந்தேகம்... while I made chappathis-க்கு பதில், while I was making chappathis-னும் சொல்லலாம்தானே?'

'made-க்குப் பதில் was making போட்டாலும் சரிதான். 'சப்பாத்தி இன்னும் பண்ணிக்கிட்டு இருந்தேன்'ங்கிற அர்த்தத்துல அந்த வாக்கியம் அமையும். நான் பண்ணி முடிச்ச அர்த்தத்துல madeபோட்டேன். ரெண்டும் சரிதான்' என்ற மேம், perfect tense-க்கு வந்தார்.

'ஒரு செயலுக்கு ரெண்டு விதமான பலன்கள் உண்டு. செயல் முடிஞ்சு போனதுக்கு அப்புறம் எதுவும் இருக்காது. சில சமயம் முடிஞ்சுபோன அப்புறமும் அதன் தாக்கம் கன்டினியூ ஆகும். இந்த ரெண்டாவது சமயத்துலதான் perfect tense-ஐ உபயோகப்படுத்தணும். வித்யா! நீ இப்ப பரீட்சை முடிஞ்சு வந்திருக்கே... அதை simple past மற்றும் present perfect -ல வாக்கியங்கள்ல சொல்லு, பார்ப்போம்.'

வித்யா சொன்னாள். 'I wrote my exams in April. I have done some papers well.'

'குட். Simple past-க்கு ஏப்ரல்னு ஒரு டைம் சொல்லியிருக்கே. அதேமாதிரி, டைம் குறிப்பிடாம present perfect-ல ஒரு வாக்கியம் சொல்லியிருக்கே. Perfect tense க்கு கால வரையறை செஞ்சு கூட பேசலாம். அதைப் பத்தி இந்த க்ளாஸ் கடைசியில சொல்றேன்.

கோமு! நீயும் இதே மாதிரி ரெண்டு வாக்கியங்கள் ட்ரை பண்ணு, பார்ப்போம்.'

கோமதி சொன்னாள். 'I made idlis this morning. I have made idlis for breakfast.'

'வெரிகுட்! கோமு, நீ எங்கேயோ போயிட்டே!' என்று மேம் அவளைப் பாராட்டியபோது, ஷிவானி குட்டி அங்கே ஓடிவந்து அம்மாவைக் கட்டிக் கொண்டாள்.

'ஏய்... பாட்டிகிட்ட இருனு சொன்னா, எதுக்கு இங்கே வந்தே?' என்று கோமதி அவளிடம் சிடுசிடுக்கவும், 'குழந்தையை திட்டாதே கோமு. இன்னிய க்ளாஸுக்கு அவளும் இருக்கட்டும்' என்ற மேம் உள்ளே சென்று சாக்லெட் கொண்டு வந்து ஷிவானியிடம் காட்டியவாறு கேட்டார்.

'குட்டிம்மா, வாட்ஸ் திஸ்?'

'ஃபைவ் ஸ்டார்!' என்றாள் ஷிவானி.

'அடடே! பேரை கரெக்டா சொல்லுதே!'

'எல்லாம் 'போகோ' சேனல் உபயம்!' என்றாள் கோமதி.

'அப்படிப் போடு. ஷிவானியும் டி.வி. 'அடிக்ட்'டா?' என்ற மேம், மீண்டும் பாடத்துக்கு வந்தார்...

'Perfect tense ஐ புரிஞ்சிக்க மூணு ஸ்டெப் இருக்கு. Going to-னு ஆரம்பிக்கறது முதல் படி. I am going to give this chocolate to Shivani. அடுத்த ஸ்டெப்பை present continuous-ல சொல்லணும். I am giving the chocolate to Shivani now' என்று அதைக் குழந்தையிடம் கொடுத்தார்.

மேம் அடுத்துச் சொல்லவேண்டிய வாக்கியத்தை வித்யாவே முந்திக் கொண்டு சொன்னாள். 'You have just given the chocolate to Shivani.'

'Yes. I have just given the chocolate to her.'

கோமதி கேட்டாள். 'இந்த just தானே present perfect-க்கான சிக்னல் வார்த்தை?'

'ஏதேது! விட்டா எனக்கே ரெண்டு பேரும் பாடம் நடத்திடுவீங்க போலிருக்கே...' என்றார் மேம் பொய்க் கோபத்துடன். அவரே கோமதியிடம், 'கோமு! ஷிவானி சாக்லெட்டைப் பிரிச்சுக்கிட்டு இருக்கா பாரு. Eat-ங்கிற வெர்ப் வர்ற மாதிரி அவளோட

செய்கைகளை present perfect-க்கான மூணு ஸ்டெப்ல அதைப் பத்தி சொல்லு...' என்றார்.

கோமதி சொன்னது...

- Shivani is going to eat the chocolate.
- She is eating the chocolate now.
- She has just eaten the chocolate.

'குட்! நெகடிவ்ல present perfect பதில் வரணும்னா கடைசில Yet-னு ஒரு வார்த்தையைச் சேர்க்கணும்' என்ற உஷா மேம், அதற்கான உதாரணங்களையும் போர்டில் எழுதினார்.

A: When does Rita go to London?

B: She hasn't told us yet.

A: Would you like to contact her today?

B: No, I haven't decided about it yet.

உஷா மேம் தொடர்ந்து பேசினார்.

'அடுத்து perfect tense-ல நாம முக்கியமா தெரிஞ்சுக்க வேண்டிய விஷயங்கள் ரெண்டு இருக்கு. கால வரையறை செய்யறது பத்திச் சொன்னேன் இல்லியா... Period of time, point of time-னு அதைச் சொல்வாங்க. hours, days, months , years-னா அது period of time. அதையே *9.30*, Wednesday, January, *1999*-னு சொல்றது point of time. உதாரணத்துக்கு ரெண்டு வாக்கியங்கள் சொல்றேன், எழுதிக்கோங்க..

1. I have waited here for one hour.
2. I have waited here since 5 p.m.

For one hour-னு சொல்றதுக்கு அர்த்தம் என்னன்னா, 'ஒரு மணி நேரம் முடிஞ்சிட்டது. இன்னும் காத்துக்கிட்டு இருக்கேன்.' Since 5 p.m -னா' 5 மணியிலிருந்து, பேசற இந்த சமயம் வரைக்கும் நான் காத்துக்கிட்டு இருக்கேன்'னு அர்த்தம். இந்த for, since ரெண்டும் present perfect continuous -க்குக் கூட வரும்.

- She has been living in this house for ten years.
- She has been living in this house since 1996.

வித்யா கேட்டாள். 'Present perfect-க்கும் Present perfect continuous -க்கும் கொஞ்சம்தானே மேம் வித்தியாசம்?'

'நல்ல கேள்வி. இப்ப நான் ரெண்டு உதாரணம் சொல்லி விளக்கறேன்...

1. I have typed three letters-னா மூணு கடிதங்களும் டைப் அடிச்சு முடிஞ்சாச்சுனு அர்த்தம். Focus is on completion. அதாவது, செயல் முடிஞ்சிட்டதை மையமா நினைக்கிறோம்.

2. I have been typing three letters for one hour-னா, அந்தச் செயல் இன்னும் முடியலேனு அர்த்தம். அதாவது, focus is on activity. இப்ப புரிஞ்சுதா?' என்ற மேம், 'இந்த perfect tense பத்தி அடுத்த க்ளாஸ்லயும் பார்ப்போம். இன்னிக்கு இது போதும்!' என்று கோமதிக்கும் வித்யாவுக்கும் விடை கொடுத்தார்.

Have சொல்லும் அர்த்தங்கள்!

இந்த Have இருக்கிறதே, அதில் நிறைய உள் அர்த்தம் உண்டு. உதாரணத்துக்கு சில வாக்கியங்கள் (உள் அர்த்தங்கள் அடைப்புகளுக்கு உள்ளே)...

- I have found a good fried for me.

  (அம்மாடி! நல்ல ஃப்ரெண்ட் ஒரு வழியா எனக்கு கிடைச்சுட்டா. இனிமே தேடத் தேவையில்லை)

- I have told you about Kamala (ஏற்கனவே கமலாவைப் பத்தி சொல்லியிருக்கேன்ல)
- I have read this book. (இந்த புக்ல வர்ற கதை எனக்குத் தெரியும்.)
- I have bought a new car. (பழைய காரை நான் வித்துட்டேன்).

- மேற்கூறிய வாக்கியங்களுக்கான புரிந்து கொள்ளுதல் ஆளாளுக்கு மாறுபடும்.

11

Have ஒரு மேஜிக் வார்த்தை!

தேர்தல் கலாட்டா முடிந்து அரசியல் பற்றி ஆர்வமாக நமது மூவர் கூட்டணி விவாதித்துக் கொண்டிருந்த ஒரு மாலை நேரம்... தனது ஸ்பெஷல் க்ளாஸ், ட்ராக் மாறி ஓடுவதைக் கண்டு கொண்ட உஷா மேம், சிஷ்யைகள் இருவரையும் வழிக்குக் கொண்டுவர ஒருமுறை கனைத்துக் கொண்டார்.

மேமின் மன ஓட்டத்தைப் புரிந்துகொண்ட வித்யா, 'மேம்! been-ங்கிற ஆக்ஸிலரி வெர்ப்பை எப்படி உபயோகிக்கறது?' என்று கேட்டாள்.

'நான் இன்னும் been-ஐ உங்களுக்கு அறிமுகப் படுத்தலை... இல்லையா? அதோட வடிவம் be - was - been -ங்கிறதுதான். சில சமயம் go-ங்கிற வெர்ப்-க்கு past participle-ஆக been வரும்' என்றார் மேம்.

'go-க்கு பதிலா been-ஆ? எப்படி ஆன்ட்டி?' என்று கேட்டாள் கோமதி.

'மார்க்கெட்டுக்கு போயிருந்தேன்னு சொல்ல, I have gone to market-னு சொல்வோமில்லையா? இதையே நாம I have been to market-னும் சொல்லலாம்.'

'அட! இது ஸ்டைலா இருக்கே! gone-க்குப் பதிலா நான் இனிமே been போட்டே பேசறேன்!' என்றாள் கோமதி.

'நான் சொல்லியே முடிக்கல. அதுக்குள்ள நீ அவசரப்பட்டா எப்படி கோமு?' என்று கோமதியை மேம் செல்லமாகக் கடிந்து கொள்ள, 'மேம்! been-ஐ யூஸ் பண்ண ஏதாவது ரூல் இருக்கா?' என்று ஆவல் காட்டினாள் வித்யா.

இருவரையும் நோட்டமிட்டுவிட்டு மேம் கேட்டார், 'ஆமா, மூணாவது வீட்ல இருந்த சாரதா மாமி இப்போ எங்கே இருக்காங்கனு தெரியுமா?'

'அவங்க இப்ப யு.எஸ்-ல இருக்காங்க' என்ற கோமதி, 'ஆஹா! அவங்க போட்டுத் தந்த வடாம் ருசி நாக்குலயே இருக்கு ஆன்ட்டி!' என்று சப்புக் கொட்டினாள்.

'க்ளாஸ் முடிஞ்சு வீட்டுக்குப் போனதும் அந்த வடாமைப் பொரிச்சு ஒரு பிடி பிடி! இப்ப பாடத்தை கவனி. அவங்கள பத்திப் பேசறப்ப She has been to the US-னு சொல்லக் கூடாது. She has gone to the US-னு தான் சொல்லணும்'

'ஏன் ஆன்ட்டி?'

'சாரதா மாமி இப்பவும் யு.எஸ்-ல தானே இருக்காங்க? அதனால அப்படித்தான் சொல்லணும்.'

'அப்படின்னா... எங்க வீட்டுக்காரர் ஆபீசுக்குப் போய் இருக்கறப்ப அவரை விசாரிச்சு ஒரு போன் வந்தா... He has gone to office -னு தான் சொல்லணும்... இல்லையா?'

'எக்ஸாக்ட்லி. அவர் ஆபீஸ் போனதை He had been to office-னு சொல்லக்கூடாது. அவர் வீட்டுக்கு வந்தப் புறம் அப்படி சொல்லிக்கலாம்.'

'இந்த have, has, had மூணும் ஒரு தினுசாதான் இருக்கும் போலிருக்கு!' என்று வியந்தாள் கோமதி.

'இந்த மூணு வெர்ப்புக்கும் அடிப்படை வடிவம் have தான். சில சமயம் இது ஆக்ஸிலரியா வரும்; சில சமயம் மெயின் வெர்ப்பா வரும்... இரட்டைப் பிறவி மாதிரி. Have கூடவே past participle வந்தா, அது ஆக்ஸிலரி (உ-ம்: He has eaten a mango). தனியா வந்தா அது மெயின் வெர்ப். (உ-ம்: He has two hands).'

'மேம்! இந்த have மெயின் வெர்ப்-ஆ வர்றப்ப அதை do போட்டு பிரிக்க முடியும். இல்லியா? அதாவது...

have= do + have

has = does + have

had = did + have' என்று அசத்தினாள் வித்யா.

'குட் வித்யா... சரியா சொல்லிட்டியே. Have-க்கு பல அர்த்தங்கள் உண்டுனு ஏற்கெனவே சொல்லியிருக்கேன். எடுத்துக் கொள்ளுதல் (Take), கொடுத்தல் (give), உடைமை (possessing), அனுபவித்தல் (experiencing), எதிர்பாரா சந்திப்பு (encounter) ஆகிய பொருள்கள்ல have உபயோகப்படும். மொத்தத்துல சொல்லணும்னா, have ஒரு மேஜிக் வார்த்தை!'

'ஒவ்வொண்ணா விளக்குங்க ஆன்ட்டி...'

'முதல்ல take-ங்கிற அர்த்தத்துல வர்றதைப் பார்க்கலாமா? Have your cup of coffee, please.'

பாடத்துக்கு நடுவிலும் தன் புத்திசாலித்தனத்தை காட்ட, 'Let me have some water aunty' என்றாள் கோமதி. மேம் அவளுக்கு சிரித்தபடி அனுமதி தர, கோமதி எடுத்து வந்த தண்ணீர் பாட்டில் காலியானது.

'அடுத்து, giving. அதுக்கு உதாரணம்... 'Mala is having a tea party'. அதேமாதிரி, possessing-க்கு உதாரணமா "Cows have long horns'-னும், experiencing-க்கு உதாரணமா 'I have diabetes'-னும் encounter-க்கு உதாரணமா 'Do you have any Problem?'-னும் சொல்லலாம்.'

வித்யாதன் பங்குக்குச் சொன்னாள்: 'possessing-க்கு உதாரணமா 'Present day girls have a lot of courage'. ரைட்டா மேம்?'

'ரொம்ப கரெக்ட். நீ இந்தக் காலத்துப் பொண்ணு இல்லியா? courageous-ஆக இருக்கறது வரவேற்கத்தக்கது. அப்புறம் சில வெர்ப்கள், சில இடைச்சொற்கள் (Prepositions) ஆகியவற்றோட டச்சினு வர்ற வாக்கியங் களைப் பார்க்கலாம். உன்கிட்ட குடை இருக்கானு கேக்கறதை 'Have you an umbrella?'-னு கேட்கக்கூடாது. "Have you got an umbrella?'-னு கேக்கணும். அதேமாதிரி, அதுக்கு நெகட்டிவா பதில் சொல்றப்ப, 'I haven't an umbrella'-னு சொல்லக்கூடாது. 'I don't have an umbrella' அல்லது 'I haven't got an umbrella'-னு சொல்றதுதான் சரி'.

'இது சம்பந்தமா ஒரு ப்ராக்டீஸ் குடுங்க, மேம்'

'நானும் அதைத்தான் நெனச்சேன் வித்யா! நீ செல்போன் பில் எப்படி கட்டறே?'

'நான் அண்ணாநகர் BSNL ஆபீசுக்குப் போய்ப் பணமா கட்டிடறேன்.'

'சரி உனக்கு நேரமில்லைனு வச்சுக்க. அப்ப என்ன பண்ணுவே?'

'எங்க அப்பா செக் அனுப்பிடுவார்.'

'குட். இதுதான் உன்னோட சூழ்நிலை. have வர்ற மாதிரி பேசு, பார்க்கலாம்.'

வித்யா பேசினாள். 'I can't pay my cell phone bill today. I don't have time. I have to pay by cheque only.'

'இது டிஜிடல் காலம்.மாறிக்கோங்க!' என்றார் மேம். 'கோமு! உன்னோட சூழ்நிலை ஸ்கூல் சம்பந்தமானது. have got வர்ற மாதிரி பேசு.'

கோமதி சொன்னாள். 'I've got a daughter, I could n't meet her class teacher and know about her progress. Because I don't have time.'

'வெரிகுட். சூழ்நிலையை நல்லாவே விளக்கிட்டே. நெக்ஸ்ட் item-ஐ நாம கவனிக்கலாமா? Have to யூஸ் பண்றதுதான் அது... கட்டாயம்னு நாம் சொல்ற must-க்கு பதிலா have to உபயோகிக்கலாம். I have to vote என்றால் I must vote-னு அர்த்தம். பொதுவா கடமை (obligation) பத்தி சொல்றப்ப have to வரும்.

A : Why do you take medicine?

B : I have to. I'm a diabetic.

இந்த டயலாக்ல நீரிழிவு நோய்க்கு மருந்து எடுத்துக் கொள்வது தன்னோட கடமைனு B சொல்றார். அவர் முழு வாக்கியமா சொல்லாம I have to-னு மட்டும் சொல்றதை கவனியுங்க.'

வித்யா கேட்டாள். 'மேம்! must-க்கு past tense என்ன?'

"must-க்கு past tense கிடையாது. Had to தான் உபயோகிக்கணும். You must purchase a ticket-னு சொல்றதை past tense-ல, you had to purchase a ticket-னு சொல்லணும். கோமு! நான் ஒரு வாக்கியம் சொல்றேன். தப்பா, சரியானு சொல்லு'

'ஒகே ஆன்ட்டி.'

"I must take medicine yesterday' என்றார் மேம்.

'தப்பு ஆன்ட்டி. Yesterday-ங்கிறது ஒரு past tense வார்த்தை. அதனால I had to take medicine yesterday-னு வாக்கியம் இருக்கணும்.'

வித்யா சொன்னாள், 'Future time-க்கு have to உபயோகிக்கலாம். இல்லையா, மேம்? உதாரணமா, I have to go to college in June.'

'ரெண்டு பேரும் உதாரண மன்னிகள் ஆயிட்டீங்க. எனக்கு கவலை விட்டது' என்று சிரித்த மேம்... 'சரி இன்னியோட கடைசி டாபிக்குக்கு போகலாமா?' என்று போர்டில் எழுத ஆரம்பித்தார்.

அவர் எழுதிய வாக்கியங்கள்...

1. I arrived at the railway station.
2. The train already left.

'இந்த ரெண்டு வாக்கியங்களும் past tense-ல இருக்கு. இதை ரெண்டையும் இணைச்சு சொல்றப்ப ஒரு வாக்கியத்துல past perfect அதாவது had + past participle போட்டு, சேர்த்து எழுதணும். ரெண்டாவது வாக்கியத்தைக் கவனிங்க. அதுல வர்ற நிகழ்வுதான் முதல்ல நடந்தது. அதனால, அடுத்தடுத்து ரெண்டு நிகழ்ச்சிகளை past tense-ல சொல்லும்போது, முதல்ல நடந்த நிகழ்வுக்கு past perfect உபயோகிக்கணும். When I arrived at the railway station, the train had already left...'

மேம் மேலும் தொடர்ந்தார்...

'ஒரு சின்ன ஹோம் வொர்க் கொடுத்து, வகுப்பை முடிக்கிறேன். நான் ரெண்டு வாக்கியங்களை past tense-ல சொல்றேன். அதுல வர்ற நிகழ்வுகளைக் கவனிச்சு எதுக்கு past perfect போடணும்னு பாருங்க.

1. The bell rang
2. All the students came out.'

12

இங்கிலீஷ்ல எதிர்காலம் இல்லை!

எதிர்காலம் பத்தி பேசறப்ப நமக்கு ஒரு நோக்கமும் (intention) ஒரு திட்டமும் (plan) இருந்தா, going to போட்டு பேசணும். வெறும் நோக்கம் மட்டும் இருந்தா, will போட்டு பேசணும்!' 'இதனால் சகலமானவர்களுக்கும் அறிவிப்பது என்னவென்றால்...' என்று உஷா மேம் சொல்லிவிட்டு நிறுத்த, 'என்ன அறிவிப்பு ஆன்ட்டி? உங்க பழைய டி.வி-யை வித்துட்டு புதுசா பிளாஸ்மா டி.வி வாங்கப் போறீங்களா?' என்று அடங்க மாட்டாத ஆவலில் கேட்டாள் கோமதி.

'பிளாஸ்மா டி.வி. வாங்கற அளவுக்கு நான் ஒண்ணும் ஐ.டி. உத்தியோகம் பார்க்கலையே கோமு!' என்ற மேம், 'என்னோட அறிவிப்பு பழைய நெனப்புக்காரங்களுக்கு ஒரு அதிர்ச்சியா தான் இருக்கும்!' என்றார், உறுதிப்பட.

'அட, அப்படி என்ன புரட்சியான விஷயம் மேம்?' என்றாள் வித்யாவும் ஆர்வத்துடன்.

'இங்கிலீஷும் எதிர்காலமும்'கிற தலைப்பில் ஒரு லெக்சர் கொடுக்க என்னைக் கூப்பிட்டிருக்காங்க. அங்கேதான் இந்த அறிவிப்பைச் செய்யப் போறேன்!'

'இங்கிலீஷுக்கு எதிர்காலம் உண்டுன்னா அல்லது இல்லைன்னா? எப்படிப் பேசப் போறீங்க ஆன்ட்டி?'

'அக்கா! நம்ம மேம் உண்டுனுதான் பேசுவாங்க. சீனாவும் ஜப்பானுமே இங்கிலீஷ் டீச்சர்ஸை தேடி அலையுதுனு பேப்பர்ல படிச்சேன்.'

‘அப்படீன்னா ஆன்ட்டி ரிடையர்டு ஆனதும் சீனாவுக்குப் போயிடலாம்!’ என்று கோமதி சிரிக்கவே, மேம் சீரியஸாகச் சொன்னார்... ‘இங்கிலீஷ்ல எதிர்காலம் இல்லைன்னுதான் பேசப் போறேன்!’

‘நிஜமாவே அதிர்ச்சியாத்தான் மேம் இருக்கு உங்க அறிவிப்பு!’ என்று தோளைக் குலுக்கினாள் வித்யா.

‘இன்னிய க்ளாஸ்ல அதைப் பத்தித்தான் உங்களுக்கும் சொல்லப் போறேன் வித்யா! ஆமா, எத்தனை டென்ஸஸ் (tenses) இருக்குனு நாம இதுவரை பார்த்தோம்?’

‘Tenses பல இருந்தாலும் மூணுதான் முக்கிய மானவை. Present tense, Past tense and Future tense!’ என்றாள் வித்யா.

‘குட்! ஆனா, தமிழ்லதான் இந்த மூணும் இருக்கு. இங்கிலீஷ்ல Past and Present மட்டும்தான் உண்டு. Future tense இல்லைனு ஒரு சர்ச்சை இருக்கு.. அதுபத்திதான் நானும் பேசப்போறேன்.’

‘அது எப்படி மேம்? நிறைய க்ராமர் புத்தகங்கள்ல future tense-னு போட்டு இருக்கே!’ என்று சுட்டிக் காட்டினாள் வித்யா.

‘அது தவறான கணிப்புனு ஆங்கிலத்தோட நவீன இலக்கணவாதிகள் வாதாடுறாங்க வித்யா. லத்தீன் மொழியில தமிழ் மாதிரி மூணு டென்ஸஸூம் உண்டு. அதையே அளவுகோலா வச்சு இங்கிலீஷையும் பார்த்ததால, இப்படி ஒரு எண்ணம் வளர ஆரம்பிச் சுடுச்சாம்...’

‘ஆன்ட்டி! Will, Shall-னு போட்டு பேசறோமே!’ என்று இழுத்தாள் கோமதி.

‘அதுலதான் ரொம்ப பேர் தப்பு பண்றோமாம். Will, shall போட்டு பேசறது வெறும் மெகானிசம் மட்டும் தான்.. அதுவே future ஆகிவிடாதுனு சொல்றாங்க அந்த நவீன இலக்கணவாதிகள்!’ என்ற மேம், போர்டில் சில வாக்கியங்களை எழுதிப் போட்டார்.

1. She will come today.
2. She will sing tomorrow.
3. She went to Bangalore yesterday.
4. She would be in Bangalore now.

‘இந்த நாலு வாக்கியங்கள்லயும் future tense கிடையாது. முதல் ரெண்டும் present tense. அடுத்த ரெண்டும் past tense. Will- க்கு would தானே past tense? இதுல future tense எங்கே வந்தது?’

'மேம்! tomorrow-ங்கிறது future தானே?'

'ஆமா. Future tense தான் இங்கிலீஷ்ல இல்லைனு சொல்றாங்களே தவிர, future சம்பந்தமான குறிப்புகளே இல்லைனு சொல்லலையே! Yes, Tomorrow is a future time reference. அது tense கிடையாது. அதேமாதிரி, today, now ரெண்டும் present time reference. Yesterday-ங்கிறது past time reference. அதனால, இங்கிலீஷ்ல ரெண்டு tense-அதாவது past and present-ம், மூணு time references-ம் இருக்கு. முதல் வாக்கியம் present tense, present time reference-ல் ஆனது. கோமு! நாலாவது வாக்கியம் எப்படிப்பட்டதுனு சொல்லு..'

கோமதி சொன்னாள்... 'அது past tense மற்றும் present time reference-ஆல் ஆகியிருக்கு, ஆன்ட்டி.'

'குட். இது மாதிரியே வாக்கியங்களை இந்த ரெண்டு லேபிள்ல பார்க்கறதைக் கத்துக் கோங்க.'

'ஆன்ட்டி! future tense-ஐ இன்னிய க்ளாஸ்ல கத்துக்கலாம்னு இருந்தேன். ஆனா...'

'டோன்ட் வொர்ரி. Tense-ங்கிற கோணத்துல பார்க்காம இங்கிலீஷ்ல future பத்திப் பேச நிறைய வகைகள் இருக்கு. நாம ஏற்கனவே simple present-லயும், present continuos-லயும் உதாரணங்களைப் பார்த்திருக்கோம். இப்ப *2018* இல்லையா? "I write my exam in 2019'-ங்கிற வாக்கியம் future தானே? "I am going to Delhi next week'-ங்கிற வாக்கியம் என்னவாம்? சரி. இன்னிய பாடத்துக்கு வருவோம். going to, Will ரெண்டையும் உபயோகிச்சு future-ல எப்படி பேசறதுனு இப்ப பார்ப்போம்.'

சற்று மௌனமாக இருந்துவிட்டு மேம் தொடர்ந்தார்.

'எதிர்காலம் பத்தி பேசறப்ப நமக்கு ஒரு நோக்கம் (intention), ஒரு திட்டம் (plan) இருந்துச்சுன்னா going to போட்டுப் பேசணும். வெறும் intention மட்டும் இருந்தா, will போட்டு பேசணும். சரி, இந்த வாக்கியங்களைப் பாருங்க...

Sheela has bought some onions. She is going to cook sambar today. இதுல வெங்காயம் வாங்கின நோக்கம் சாம்பார் செய்யணும்ங்கிற திட்டத்துக்காகத்தான்.'

'வெறும் நோக்கம் மட்டும் இருக்கறதுக்கு ஒரு உதாரணம் சொல்லுங்க ஆன்ட்டி.'

'உன் வீட்டுல திடீர்னு போன் பெல் அடிக்குதுனு வை. அதை நீ யாருனு தெரிஞ்சிக்க எடுக்கப் போறது வெறும் நோக்கம்தான். அதுல முன் கூட்டியே யோசிச்ச திட்டம் எதுவும் இல்லை. அதுக்கு going to போடாம will போட்டுப் பேசணும். The phone bell rings. I will go and see who calls me. இதே மாதிரி ஒரு உதாரணம் சொல்லு வித்யா.'

'மேம்! நான் going to - க்கு உதாரணம் சொல்றேன். I have asked Rita to come to my house. We are going to have group study.'

'குட் கோமு! உனக்கும் ஒரு சான்ஸ். Will வர்ற மாதிரி சொல்லு.'

"Meena fell down and is crying. I will apply some medicine to her.'

'வெரிகுட். கோமு சொன்ன உதாரணத்தையே சீதா, கீதா, ராதானு மூணு பேர் பேசற மாதிரி ஒரு உரையாடல் சொல்றேன். அதைக் கவனிச்சிட்டு, வித்யா அதைப் பத்தி விளக்கணும்.

Sita: Meena fell down and is crying.

Gita: Don't worry. I will apply some medicine to her.

Radha: What happened to Meena?

Gita: She fell down. I am going to apply medicine to her.

மேம் சொன்னதைக் கேட்டுவிட்டு வித்யா அந்த உரையாடலை விளக்க ஆரம்பித்தாள்.

'கீதா மீனாவுக்கு மருந்து போடறேன்னு சொல்றப்ப வெறும் நோக்கம் மட்டும்தான் இருந்திச்சு. அதனால will apply னு சொல்றா. ஆனா, ராதா என்ன ஆச்சுனு கேட்டப்ப, கீதாவுக்கு நோக்கம் + திட்டம் ரெண்டும் உருவாகிடுச்சு. அதனால going to apply னு பேசறா.'

'வித்யா! You are always very crisp. சரி... இப்ப இதே going to-வை past situation-க்குத் தகுந்த மாதிரி எப்படி பேசறதுன்னு பார்ப்போம்.

ஒரு செயலை நாம முதல்ல பிளான் போட்டு வச்சிருப்போம். ஆனா, அது நடக்காம வேற ஒண்ணு நடந்துடும். இப்ப இந்த உதாரணத்தைப் பாருங்க.

They were going to buy a computer. But they purchased a T.V. set.'

கோமதி சிரித்துக் கொண்டே சொன்னாள். 'Aunty! Today I was going to make Pongal. But I made uppuma.'

பொங்கலை உப்புமாவாக ஆக்கிய கோமதியின் கைப்பக்குவத்தை வியந்து(!) சிரித்தனர் மற்ற இருவரும்.

Will/shall have, would have பயன்பாடு!

ஐந்து வருடங்கள் கழித்து நான் ஒரு எம்.எல்.ஏ. ஆகியிருப்பேன் என்பதை, 'In five years' time, I shall have become an M.L.A' என்று சொல்லலாம். இது future perfect எனப்படும்.

இப்போது கிரிக்கெட்டின் தரவரிசைப் பட்டியலில் இந்தியா முன்னணியில் இருக்கிறது. ஆனால், வெஸ்ட் இண்டீஸ் உடனான தொடர்போட்டி முடிந்ததும் இந்த ரேங்க் கீழே இறங்கி விடும். இதை, By the end of the West Indies series, India's rank will have gone down எனலாம்.

இது நடந்திருந்தால் அது நடந்திருக்கும் என்பது மாதிரியான வாக்கியங்களுக்கு would have போட வேண்டும். இதற்கு அர்த்தம், எதுவுமே நடக்கவில்லை என்பதுதான்.

உ-ம்: If Sheela had seen him, she would have thanked him.

இதற்கு Sheela did not see him. She did not thank him என்பதுதான் பொருள்.

போன அத்தியாய ஹோம்வொர்க்கின் விடை: When the bell had rung, all the students came out.

13

வாய்ஸ் கத்துக்கலாம்

'**கோ**மு! வாசல்ல யாரோ வாய்ஸ் குடுக்கறாங்க... யாருனு பார்த்துட்டு வா!' என்று வகுப்புக்கு வந்திருந்த கோமதியை அனுப்பி வைத்தார் உஷா மேம்.

கோமதி திரும்பி வந்தபோது 'வாழைத்தண்டு போல உடம்பு... அலேக்!' என்று பழைய சினிமாப் பாடலை முணுமுணுத்தபடி, 'காய்கறிக் காரன் ஆன்ட்டி! நீங்க 'வாய்ஸ்'ன்ன தும் ரஜினிதான் வந்துட்டாரோனு நெனைச்சேன்!' என்றாள் கிண்ட லாக.

'அவரை ஏன் கோமு வம்புக்கு இழுக்கற?' என்ற மேம், 'இன்னிக்கு உங்களுக்கு நான்தான் வாய்ஸ் குடுக்க... ம்ம்... கத்துக் குடுக்கப் போறேன்!' என்றபடி போர்டில் பெரிதாக 'VOICE' என்று எழுதினார்.

'ஆன்ட்டி! நான் பத்தாம் கிளாஸ் படிச்சப்ப, எங்க மேம் இந்த வாய்ஸ் விஷயமா என்னைக் கேலி பண்ணினது ஞாபகத்துக்கு வருது!' என்றாள் கோமதி, தன் பள்ளி நாட்களை நினைவில் கொண்டு வந்தபடி.

'அக்கா! அப்படி என்ன சொல்லிட்டீங்க?' என்று ஆவலுடன் கேட்டாள் வித்யா.

'நாங்க ஃப்ரெண்ட்ஸ் அஞ்சு பேர் மரத்தடியில பேசிக்கிட்டிருந்தோம். அன்னைக்கு காலைல ஒரு பெரிய எலியை நான் கொன்னுட்டேன். அதை நான் இங்கிலீஷ்ல I was killed a rat-னு பெருமையா சொல்லிக்கிட்டிருந்தேன்.

அந்தப் பக்கமா வந்த இங்கிலீஷ் மேம், 'என்ன கோமதி! நீ எலியை சாவடிச்சியா? அது உன்னை சாவடிச்சதா? அப்புறமா ஸ்டாஃப் ரூமுக்கு வந்து வாய்ஸை நல்லா கத்துக்கோ'னு சொல்லிட்டுப் போனாங்க.' என்று அப்பாவியாகச் சொல்லி முடித்தாள் கோமதி.

உடனே, மேம் சிரிக்காதபடி தன்னை கன்ட்ரோல் பண்ண, வித்யா விழுந்து விழுந்து சிரிக்க, அதைக் கண்டுகொள்ளாமல், 'அன்னியிலருந்து இன்னிய வரைக்கும் எனக்கு வாய்ஸ் தகராறுதான் ஆன்ட்டி! நீங்கதான் க்ளியர் பண்ணனும்...' என்று கோரிக்கை வைத்தாள் கோமதி.

'கண்டிப்பா கத்துத் தர்றேன் கோமு! இந்த was, were எல்லாம் வரக் கூடாத இடத்துல வந்து நம்மை மாட்ட வச்சிடும். சமயத்துல அர்த்தமே மாறிடும்!' என்ற மேம்...

'வித்யா! நாம ஏற்கனவே இந்த வாய்ஸை கொஞ்சம் பார்த்திருக்கோம். எங்கேனு சொல்லு' என்று கேட்டார்.

சிரித்து முடித்து நார்மலுக்கு வந்திருந்த வித்யா டக்கென்று, "Transitive verb-ஐ கத்துக்கறப்ப மேம்!' என்றாள்.

'குட். நல்ல ஞாபக சக்தி உனக்கு. அந்த வெர்பை சின்னதா ஒரு ரிவிஷன் செஞ்சுடலாம். வாய்ஸை கத்துக்க உபயோகமா இருக்கும்' என்ற மேம், போர்டில் இரண்டு வாக்கியங்களை எழுதினார்.

1. Sita ate a mango.
2. A mango was eaten by Sita.

'கோமு! இந்த ரெண்டு வாக்கியங்களையும் தமிழ்ல சொல்லு.'

'சீதா ஒரு மாம்பழத்தைச் சாப்பிட்டாள். ஒரு மாம்பழம் சீதாவால் சாப்பிடப்பட்டது.'

'குட் கோமு! ஓ.கே. இதுல வர்ற வெர்பை எப்படி transitive verb-னு சொல்லலாம்னு நீ சொல்லு வித்யா...'

'மேம்! eat-ங்கிறது ஒரு டிரான்ஸிடிவ் வெர்ப். ஏன்னா அதுக்கு object வரும். 'சீதா எதைச் சாப்பிட்டாள்'னு கேட்டா a mango-னு பதில் வருது. அதுதான் object. அதே மாதிரி ரெண்டாவது வாக்கியத்தை 'மாம்பழம் யாரால் சாப்பிடப்பட்டது'னு கேட்டா by Sita-னு பதில் கிடைக்குது. இங்கே Sita தான் object.'

'சரி. இப்ப இந்த வாக்கியங்கள் என்ன வாய்ஸ்ல இருக்குனு பார்க்கலாம்' என்று மேம் சொல்லிக் கொண்டிருக்கும்போதே கோமதி அவசரம் அவசரமாக, 'ரெண்டாவது Passive voice. ஏன்னா அதுல by வந்திருக்கு ஆன்ட்டி!' என்றாள்.

'ஆமா மேம்!' என்று வித்யாவும் கோமதிக்கு சப்போர்ட் செய்யவே, தன் கண்ணாடியைச் சிறிது கீழே இறக்கி விட்டுக்கொண்டு இருவரையும் பார்த்த மேமின் கண்களில் குறும்பு தெரிந்தது.

உடனே போர்டில் ஒரு வாக்கியத்தை எழுதினார்.

The cat sat by the fire side.

'இது என்ன வாய்ஸ்?'

'ஆன்ட்டி! இதுவும் Passive voice தான்!' என்றாள் கோமதி அலட்சியமாக.

வித்யா தனக்குள் ஏதோ முணுமுணுக்கவே மேம் அவளிடம், 'என்ன வித்யா! பதிலே காணோம்.' என்றார்.

'அந்த வாக்கியத்துல வர்ற Sat-ஐ மையமா வச்சு யாரால், எதனால்னு கேட்டுப் பார்த்தேன். object எதுவும் கிடைக்கல. அதனால அது Passive voice இல்லை!' என்றாள் வித்யா.

'வெரிகுட். நல்லா அனலைஸ் பண்றே வித்யா! ஆனா கோமு... நீ பழையபடி கோட்டை விடறே... அவசரம் ஜாஸ்தி உனக்கு!'

'ஆன்ட்டி! பள்ளிக்கூடத்துல by வந்தா அது Passive voice-னு சொல்லிக் குடுத்ததே மனசுல நின்னு போச்சு...' என்று ஒப்புக் கொண்டு, அசடு வழிந்தாள் கோமதி.

'சரி. இப்ப வாய்ஸ் பத்தி சரியான கோணத்துல கத்துக்குவோம். ரெண்டு விஷயங்களை ஞாபகத்துல வச்சுக்கோங்க. What the subject does - அப்படீனா அது Active voice. What happens to the subject-னா அது Passive voice' என்றார் மேம்.

சிஷ்யைகள் இருவரும் சீரியஸாக கவனிக்கவே தொடர்ந்தார் மேம். 'நான் மேல சொன்ன பூனை உதாரணத்தையே எடுத்துக்கலாம். பூனை என்ன செய்யுது? ஒரு அடுப்பு பக்கத்துல உட்கார்ந்திருக்குது. அதனால அது Active voice வாக்கியம்.

அதுவுமில்லாம sat-ங்கிறது ஒரு intransitive verb. அதுக்கு object வராது. by the fireside-ங்கிறது ஒரு adjunct... அதாவது, கூடுதல் விவர வார்த்தை. இதைப் பத்தி கடைசியில தனியா சொல்றேன் (பார்க்க: பெட்டிச் செய்தி)' என்றார் மேம்.

'What happens to the subject பத்தி விளக்குங்க மேம்' என்றாள் வித்யா.

'கோமு வந்து க்ளாஸ் ஆரம்பத்துல தன் பழைய கதையைச் சொன்னா இல்லையா? அதையே எடுத்துக்குவோம். I killed a rat-னு சொல்றதுக்கு பதிலா I was killed-னு அவ தப்பா சொல்லிட்டா. தான் என்ன செஞ்சேன்னு சொல்றதுக்குப் பதிலா தனக்கு என்ன ஆனதுனு சொல்லிட்டா. rat-க்குத்தான் என்ன ஆனதுனு சொல்லணும். A rat was killed by me தான் சரி. அதனால இந்த be verb-ஐ உபயோகிக்கறப்ப கொஞ்சம் ஜாக்கிரதையா இருக்கணும்.'

'ஆன்ட்டி! இந்த A.V., P.V. (Active voice, Passive voice)-ஐ சுலபமா கண்டுபிடிக்க வழி இருக்கா?'

'ஒரு அசத்தலான ஃபார்முலா வச்சிருக்கேன்...' என்றார் மேம் புன்னகையுடன்.

'ஆன்ட்டி! மேத்ஸ் டீச்சரா போயிருக்கணும் நீங்க... எல்லாத்துக்கும் ஃபார்முலா வச்சிருக்கீங்க!' என்று கோமதி சொல்லிக் கொண்டிருக்கும்போதே, போர்டில் ஃபார்முலாவை எழுதினார் மேம்.

P.V = Be + Past Participle

மேம் கேட்டார்.. 'வித்யா! be verbs எத்தனை சொல்லு.'

'மேம்! be வெர்ப்ஸ் மொத்தம் எட்டு இருக்கு. am, is, was, are, were, been, being and be.'

'வெரிகுட். இப்போ கோமு Past participle-க்கு உதாரணம் சொல்லு.'

கோமதி சொன்னாள்...

"Kill-Killed - Killed, eat - ate - eaten. இதுல killed, eaten ரெண்டும் Past participles.'

'குட். இப்ப கவனமா கேட்டுக்கோங்க. P.V-க்கு ஃபார்முலா குடுத்திருக்கேன் இல்லையா? be-யும், Past participle-ம் ஒட்டிப் பிறந்த சயாமீஸ் ரெட்டைக் குழந்தை மாதிரி ஒரு வாக்கியத்துல வந்தா அது Passive voice. ஒண்ணு குறைஞ்சாலும் அது Active voice.'

'இப்ப புரிஞ்ச மாதிரி இருக்கு ஆன்ட்டி!' என்றாள் கோமதி.

'சில வாக்கியங்களை இப்ப எழுதிப் போடறேன். Find the voice-னு கேக்கப் போறேன். நீங்க P.V யா, A.V -ஆனு சொல்லணும்...'

மேம் எழுதிய வாக்கியங்கள்...

1. Meena was taken to hospital.
2. I have seen my friend.
3. Veena is cleaning the jar.
4. The letter has been posted by Rita.
5. Shut the window.

வித்யாவும் கோமதியும் மேம் கொடுத்த ஃபார்முலாவை வைத்துக் கொண்டு தீவிரமாக அலச ஆரம்பித்து விட்டனர்.

கூடுதல் விவர வார்த்தைகள் (Adjuncts)

'நிறைய பேர் இந்த adjunct - ஐ object-னு தப்பா புரிஞ்சிக்கிட்டு இருக்காங்க. நம்முடைய நாலு கேள்வி வார்த்தைகள்-அதாவது யாரை, எதை, யாரால், எதனால்-னு கேட்டாதான் object கிடைக்கும். Adjunct-ங்கிறது What, where, when, how மாதிரி கேட்டா கிடைக்கிற கூடுதல் விவரம்.

நாம ஏற்கனவே ஐந்து வாக்கிய அமைப்புகள் பற்றி - அதாவது SV, SVO, SVC, SVIODO, SVOC -னு கத்துக்கிட்டோம். அந்த வாக்கிய அமைப்புகளோட A-வும், அதாவது Adjunct -ம் சேர்த்துக்கலாம். *(உ-ம்)*

Reema bought a mixie in the exhibition (SVOA)

Nalini came yesterday (SVA)

Rani became famous overnight (SVCA)

இந்த கூடுதல் விவர வார்த்தைகள் நாம தெளிவா பேசறதுக்கு உபயோகப்படும்.'

14

எந்த 'வாய்ஸ்' உங்கள் 'சாய்ஸ்'?

'**எ**ன்ன கோமு! கவலையா உக்காந்திருக்கே?' என்று உஷா மேம் அக்கறையுடன் வினவ, 'எல்லாம் ஷிவானி குட்டி பத்தின கவலைதான் ஆன்ட்டி!' என்று அலுத்துக் கொண்டாள் கோமதி.

'ஷிவானி நல்ல குழந்தையாச்சே.. அவ அழுற சத்தத்தை ஒருநாள் கூட நான் கேட்டதில்லையே...'

'பிடிவாதமெல்லாம் கிடையாது ஆன்ட்டி... ஆனா, சரியாவே சாப்பிட மாட்டேங்கறா... நானும் என்னவெல்லாமோ பண்ணிப் பார்த்துட்டேன்... ஒல்லிப் பிச்சானாவே இருக்கா'

'கோமு! ஒண்ணு மட்டும் தெரிஞ்சுக்கோ.. குழந்தையோட உருவத்தைப் பார்த்து முடிவு கட்டாதே. நல்லா துறுதுறுனு ஆக்டிவா இருக்காளானு பாரு...'

'அதுக்கொண்ணும் குறைச்சலில்ல.' 'அதுதான் வேணும் கோமு! மந்தமா, Passive ஆக இருந்தாத்தான் கவலைப்படணும்' என்று மேம் சொல்லிக் கொண்டிருக்கும்போது, 'குட்மார்னிங் மேம்! என்ன... நான் வர்றதுக்குள்ளே பாடம் ஆரம்பிச் சிட்டீங்க' என்று கலந்து கொண்டாள் வித்யா.

'இனிமேதான் நம்ம பாடம் வித்யா! ஆமா... நான் கொடுத்த Find the voice-க்கான விடைகள் ரெடியா?' என்று மேம் கேட்டதும், தங்களுடைய நோட்டுகளை நீட்டினர் இருவரும்.

அவர்கள் எழுதியிருந்த விடைகள்....

1. I have seen my friend (Active Voice)
2. Veena is cleaning the jar (Active Voice)
3. Shut the window (Active Voice)
4. Meena was taken to hospital (Passive Voice)
5. The Letter has been posted by Rita (Passive Voice)

'வாய்ஸைக் கண்டுபிடிக்கிற முதல் டெஸ்ட்ல பாஸ் ஆகிட்டீங்க!' என்று அவர்களைப் பாராட்டினார் மேம்.

'ஆன்ட்டி! நாம Active Voice-ல பேசறது நல்லதா, Passive Voice-ல பேசறது நல்லதா?' என்று கேட்டாள் கோமதி.

'A very good question... Hats off to you. இந்த மாதிரி புத்தி சாலித்தனமா கேள்வி கேக்கறது எனக்கு ரொம்பப் பிடிக்கும்' என்ற மேம், போர்டில் இரண்டு வாக்கியங்களை எழுதினார்.

A.The Police arrested the rowdy.

B.The rowdy was arrested by the Police.

'இந்த ரெண்டு வாக்கியங்களையும் படிச்சா உங்களுக்கு என்ன தோணுது?'

கோமதி சொன்னாள். 'ஒண்ணு Active, இன்னொண்ணு Passive'.

'நான் எதிர்பார்க்கற பதில் வேற!' என்றபடி மற்றொரு வாக்கியத்தை மேம் எழுதினார்.

The rowdy was arrested by the teacher.

வித்யா உடனே கேட்டாள். 'மேம்! டீச்சர் போய் எப்படி அரெஸ்ட் பண்ண முடியும்?'

'பார்த்தியா பாயின்ட்டுக்கு வந்துட்டே. அரெஸ்ட் பண்றது போலீஸோட கடமை... இல்லையா? கோமு! நீ சொல்லு, இந்த நிகழ்வுல ரவுடிக்கு முக்கியத்துவம் தருவியா, போலீஸுக்கா?'

கோமதி யோசித்து விட்டுச் சொன்னாள். 'ஆன்ட்டி! நீங்களே சொல்லிட்டீங்க. அரெஸ்ட் பண்றது போலீஸோட கடமைனு. அதனால, ரவுடிக்குத்தான் முக்கியத்துவம் தரணும்.'

'சபாஷ்! அதனால இந்த நிகழ்வுக்கு B வாக்கியம், அதாவது Passive வாக்கியம்தான் பேசறதுக்கு சரியான சாய்ஸ். The rowdy was arrested-னு சொல்லலாம். by the Police கூட அவசியமில்ல. ஏன்னா அவங்க மட்டும்தானே அரெஸ்ட் பண்ண முடியும்?'

மீண்டும் போர்டில் எழுதிப் போட்டார் மேம்.

1. Lightning struck the tree (A.V)
2. The tree was struck by Lightning (P.V)

'இந்த ரெண்டுல எது நல்லது? ஏன்? வித்யா, கோமுவுக்கே சான்ஸ் கொடுக்கலாம். அவ ஏதோ சொல்லத் துடிக்கறா...' என்றார் மேம்.

கோமதி சிரித்துக் கொண்டே, 'நீங்க கொடுக்கற உதாரணங்கள் தானாவே பேசிடுது ஆன்ட்டி... நாங்களும் 'கப்'னு புடிச்சுக்கறோம்.'

'சரி... சொல்லு'

'மரம், மின்னல்-னு ரெண்டு subjects இந்த வாக்கியங்கள்ல வருது. மரம் சாதாரணமா வெட்டப் படும்.. அல்லது சாய்க்கப்படும். அந்த நிகழ்வை Passive-ல சொல்லலாம். ஆனா, மரத்தை மின்னல் தாக்கறது ஒரு அபூர்வ நிகழ்ச்சி. அதனால முதல் வாக்கியமான 'Lightning struck the tree'-னு மின்னலுக்கு முக்கியத்துவம் கொடுத்து Active Voice-ல் பேசறது நல்லது. சரியா ஆன்ட்டி?'

'அடேங்கப்பா! நீ பேசாம கரெஸ்ல டிகிரி கோர்ஸ், டீச்சிங் கோர்ஸ்னு சேர்ந்துடு கோமு! நல்ல டீச்சரா வருவே!' என்று கை குலுக்கிப் பாராட்டின உஷா மேம் தொடர்ந்து...

'பொதுவா சுருக்கமா பேசி விளங்க வைக்கிறதுதான் சரியான அப்ரோச். அதன்படி பார்த்தா, Passive Voice வாக்கியங்கள்ல வார்த்தைகள் அதிகம். அதை அவாய்ட் பண்றது நல்லது. A.V தான் நல்ல சாய்ஸ். இருந்தாலும் சூழ்நிலைக்கு தகுந்த மாதிரி A.V அல்லது P.V-ஐ தேர்ந்தெடுக்கறதும் மிக அவசியம்.'

'அப்படீன்னா ரெண்டையும் தெரிஞ்சு வச்சுக்கறது ரொம்ப ரொம்ப அவசியம். இல்லையா?

'கண்டிப்பா...'

'ஆன்ட்டி! ஒரே கருத்தை ரெண்டு வாய்ஸ்ல சொல்ல முடியும்னு சொல்றீங்க. ஒண்ணுலருந்து மத்ததுக்கு மாத்தற டெக்னிக்கையும் கொஞ்சம் சொல்லித் தாங்களேன்... ப்ளீஸ்!'

'கண்டிப்பா சொல்லித் தர்றேன்.. சரி, சமையல் குறிப்பு மாதிரி நோட்ஸ் தர்றேன், எழுதிக்கறீங்களா?' என்று மேம் சொன்ன பாயிண்ட்டுகள்...

1.முதலில் வாக்கியத்தைக் கவனித்து எழுவாய், பயனிலை, செயப் படுபொருள்-அதாவது subject, verb, object-ஐ குறித்துக் கொள்ளவும்.

2.Verb எந்த tense-ல் உள்ளது என்று பார்த்துக் கொள்ளவும். present என்றால் present-லேயே மாற்றவும்; past என்றால் past-க்கு மாற்றவும்.

3.Subject, object இரண்டையும் இடம் மாற்றி எழுதவும்.

4.A.V-யிலிருந்து P.V-க்கு மாற்றும் வெர்ப்பை be + past participle ஃபார்முலாவின்படி மாற்றிக் கொள்ளவும். P.V-யிலிருந்து A.V-க்கு மாற்ற be + past participle ஐ சாதாரண வெர்ப்பாக குறைக்கவும்.

5.P.V-க்கு மாற்றும்போது, தேவைப்பட்டால் by போடவும்.

கோமதியின் முகம் 'கஷ்டமாக இருக்கிறதே' என்ற பாவனை காட்ட... அதைக் கவனித்த மேம், 'கோமு! இங்கிலீஷை தெரிஞ்சுக்கறதுல இந்த வாய்ஸ்தான் சூப்பர் விஷயம். நிறைய பேர் கோட்டை விடற சமாச்சாரமும் இதுதான்!' என்றார். அவரே தொடர்ந்து, 'பயப்படாதே! நீங்க பண்ணின, ஹோம்வொர்க்கிலிருந்து நானே ஒரு வாக்கியத்தை எடுத்து மாத்திக் காட்டறேன்.. அப்புறமா, உங்களுக்கு ஈஸியா புரியும்..' என்று சொல்லியபடி போர்டில் ஸ்டெப்ஸ் எழுதினார்.

I have seen my friend (A.V)

....

Step 1:

I	have seen	my friend
S	V	O

Step *2:*

இது ஒரு Present Perfect வாக்கியம். அதனால் P.V ஆக மாற்ற இந்த tense ஐயே உபயோகிக்கணும். been என்பதுதான் இதற்கான be verb.

Step *3:*

My friend........................	me
S	O

Step *4:*

My friend	has been seen	by	me
-----------	----------------		----
S	Be+PP		O

....

Answer : My friend has been seen by me (passive voice)

'வித்யா! நீயும் கோமுவும் சேர்ந்து மத்த ஹோம் வொர்க் வாக்கியங்களையும் மாத்துங்க. subject, object - ஐ எப்படி மாத்தணும்ங்கிறதுக்கான அட்டவணையை எழுதிப் போடறேன். குறிச்சுக்கோங்க' என்று பாடத்தை முடித்தார் மேம்.

....

Subject-Object

அட்டவணை

Subject	**Object**
I	me
you	you
he	him
she	her
we	us
they	them
It	it

'வாய்ஸ்'களை ஒன்றிலிருந்து மற்றொன்றுக்கு மாற்றும்போது subject-ம், object-ம் தங்கள் இடங்களை மாற்றிக்கொள்ளும்.

(உ-ம்)

She	saved	him	(AV)
-----	-------	-----	
S	V	O	

He	was saved	by her (PV)
-----	------------	-----
S	be + pp	O

....

15

வாய்ஸ் மாத்தலாமா?

‘வாய்ஸ் மாத்துங்கனு சொன்ன ஹோம்வொர்க் வாக்கியங்கள்ல ரெண்டு மட்டும் உங்களைத் திணற வச்சிருக்குமே!’ என்றபடி ‘என்ட்ரி’ கொடுத்தார் உஷா மேம்.

‘ஆமா, மேம்!’, ‘ஆமா, ஆன்ட்டி...’ என ஒன்றுபோல பதில் சொன்னார்கள் வித்யாவும் கோமுவும்.

‘நான் நினைச்சதுதான் நடந்திருக்கு!’ என்று சொல்லிக்கொண்ட மேம், ‘சரி.. உங்களால வாய்ஸை மாத்த முடிஞ்ச வாக்கியங்களைச் சொல்லுங்க, பார்க்கலாம்’ என்றார்.

வித்யா சொன்னாள்: ‘Veena is cleaning the jar-ங்கிற வாக்கியம் Active Voice-ல இருக்கு. இதுக்கு Passive Voice: The jar is being cleaned by Veena.’

கோமதி சொன்னாள்: ‘The letter has been posted by Rita-ங்கிறது Passive Voice. இதை Active Voice-ஆக மாத்தும்போது Rita has posted the letter-னு வரும்.’

‘ஓகே. இப்போ உங்களைத் திணற வச்ச வாக்கியங்களுக்கு வருவோம்..’ என்று மேம் சொல்லும்போதே கோமதி குறுக்கிட்டாள்.

‘ஆன்ட்டி! நீங்க எங்களுக்கு நோட்ஸ் குடுத்தப்ப subject வந்து object-ஆக மாறும்... object வந்து subject-ஆக மாறும்னு சொன்னீங்க. ஆனா, Meena was taken to hospital-ங்கிற வாக்கியத்துல object வரல. அப்புறம் எப்படி வாய்ஸ் மாத்தறது?’

'ஆமாம், மேம். அதேமாதிரி, Shut the window-ங்கிற வாக்கியத்துல subject வரல...'

'இந்த மாதிரி சந்தேகங்கள் எழணும்னுதானே நான் அந்த வாக்கியங் களைக் கொடுத்திருக்கேன்!' என்றார் மேம் புன்னகையுடன்.

'object இல்லாம Passive Voice வருமா ஆன்ட்டி?'

'வொய் நாட்! object (செயப்படு பொருள்) இல்லாம வாக்கியம் இருக்கலாம். ஆனா, object (இலக்கு) இல்லாம வாழ்க்கைதான் இருக்கக் கூடாது!' என்று தத்துவம் பேசினார் மேம்.

'வெரிகுட்' என்றாள் வித்யா, ஏதோ நினைத்துக் கொண்டவளாக. 'எதுக்கு வெரிகுட்?' என்று மேம் கேட்கவே, தன் நாக்கைக் கடித்துக் கொண்ட வித்யா, 'மேம்! இன்னிக்கு க்ளாஸ்ல ஒரு குரூப் டிஸ்கஷன் இருக்கு. உங்க தத்துவம் நல்லா இருந்தது... அங்கே யூஸ் பண்ணிக்கலாம்னு 'வெரிகுட்' சொன்னேன்!' என்றாள், வெட்கத்துடன்.

'இப்பல்லாம் இங்கிலீஷ் சரியா பேசறாங்களானு குரூப் டிஸ்கஷன்லதான் கண்டுபிடிக்கறாங்க. Group discussion - G.D-னு பேரு. நல்லா தயார் பண்ணு!' என்று டிப்ஸ் கொடுத்துவிட்டு கோமதி பக்கம் திரும்பினார். 'கோமு! உன்னை இந்த மீனா பொண்ணு ரொம்ப அலட்டறா போலிருக்கே!'

'ஆமா, ஆன்ட்டி! இந்த மீனா எப்படி ஆஸ்பிடலுக்குப் போனானு மண்டையில குடையுது!'

'சரி... நீயே யோசிச்சுச் சொல்லு. எப்படி போனா?'

'யாரோதான் தூக்கிட்டுப் போயிருக்கணும். அவதான் உடம்பு சரியில்லாம இருக்காளே!'

'தட்ஸ் ஆல்! Meena was taken to hospital by somebody. நீயே இப்படி ஒரு object-ஐ சேர்த்துக்கணும். இப்ப இதுக்கு Active voice என்ன?'

'நான் சொல்றேன் மேம்! Somebody took Meena to hospital.'

'குட். அதேமாதிரி, Shut the window-ங்கிறது ஒரு கட்டளை வாக்கியம். ஜன்னலை மூடு. அதை Passive-ல ஜன்னல் மூடப்படட்டும்னு சொல்லலாம். Let the window be shut.'

'கதவைத் திற. கதவு திறக்கப்படட்டும். இதை... Open the door. Let the door be opened-னு சொல்றது சரிதானே ஆன்ட்டி?'

'சரிதான் கோமு!'

'மேம்... ஒரு சந்தேகம்...'

‘என்ன வித்யா?’

‘சில வாக்கியங்களுக்கு ரெண்டு object வருமே. அப்ப என்ன செய்யறது?’

‘அப்ப ரெண்டு விதமா A.V-யும், P.V-யும் சொல்ல வேண்டியது தான்!’

‘உதாரணம், ப்ளீஸ் ஆன்ட்டி..,’

‘ஓகே... Mala gave me a pen-னு ஒரு வாக்கியம். இதுல, me-ங்கிறது indirect object. a pen-ங்கறது direct object. அதுனால இந்த வாக்கியத்தை P.V-ல இப்படி எழுதலாம்’ என்று போர்டில் எழுதினார் மேம்.

1. A pen was given to me by Mala.

2. I was given a pen by Mala.

‘வித்யா! இதே மாதிரி ரெண்டு object வர்ற மாதிரி உதாரணம் சொல்லு.’

வித்யா சொன்னாள்... ‘You teach us English. இதுல us, English-னு ரெண்டு objects இருக்கு. இதை Passive voice-ல மாத்தினா...

1. English is taught to us by you.

2. We are taught English by you.’

‘குட். அடுத்து, ரெண்டு வாய்ஸையும் கலவையா பேச நாம கத்துக்கணும். அதுக்கு ஒரு சின்ன ப்ராக்டீஸ்’ என்ற மேம், Malini contested the election yesterday. The result will be announced today என்று சில வாக்கியங்களை எழுதி, இருவரையும் பேச வைத்தார். அடுத்து, மேம் சொன்னதை வித்யா எழுத முயன்றபோது, அவளது ஹேண்ட் பேக் தவறி மேசையிலிருந்து கீழே விழுந்து திருமணப் பத்திரிகைகள் சிதறின. ‘ஐ’ம் ஸாரி’ என்றபடி அவற்றைப் பொறுக்கினாள் வித்யா.

‘வித்யா! உன் அக்காவோட கல்யாணப் பத்திரிகையா? எப்போ கல்யாணம்?’ என்று கேட்டாள் கோமதி.

‘அடுத்த மாசம்! போஸ்ட் பண்ண கொண்டு வந்தேன்.’

‘எங்களுக்கு எப்போ குடுக்கப் போறே?’

‘மேமையும் அக்கா, உங்களையும் கூப்பிட அப்பா - அம்மா வருவாங்க.’

‘அக்காவுக்கு அட்வான்ஸ் வாழ்த்துக்கள்!’

'தேங்க்ஸ் மேம்!'

'சரி. நான் சொன்ன எலக்ஷன் உதாரணத்துல ஒரு நிகழ்வு இருக்கு. நீ இப்ப பத்திரிகையைப் பத்தி சொன்னதும் ஒரு நிகழ்வு. இதை கலப்பு வாய்ஸ்ல சொல்லு.'

'முயற்சி பண்றேன், மேம்' என்று சொன்ன வித்யா சிறிது யோசித்துவிட்டு, 'My sister's marriage has been fixed. The invitations are being distributed' என்றாள்.

'ஃபென்டாஸ்டிக்!' என்ற மேம் தொடர்ந்து, 'Passive-ல பேச நிறைய விஷயங்கள் இருக்கு.' It'-னு ஆரம்பிக்கும்.

It is believed... நம்பப்படுகிறது.

It is expected... எதிர்பார்க்கப்படுகிறது.

It is considered... கருதப்படுகிறது.'

மேம் சொல்லச் சொல்ல கோமதி எழுதினாள்.

வித்யா அவளிடம், 'You are writing the examples. Isn't it?' என்று கேட்டாள். இதை கவனித்த மேம், 'போச்சுடா! வித்யா, உனக்கும் இந்த Isn't it வியாதி வந்துடுச்சா?' என்று தோளைக் குலுக்கிக் கொண்டார்.

அது என்ன வியாதி...?

Be-க்குப் பதிலாக Get

Passive voice வாக்கியம் அமைக்க be + Past participle தான் இருக்க வேண்டும் என்கிற அவசியம் இல்லை. be-க்குப் பதில் get, got போட்டும் பேசலாம். உதாரணத்துக்கு.

He was hurt என்பதை, He got hurt எனலாம்.

The parcel was damaged என்பதை, The parcel got damaged எனலாம்.

He is paid என்பதை He gets paid எனலாம்.

மேலும், Passive இல்லாமலும் get/got வரும். உ-ம் get married get lost *(தொலைஞ்சு போ)!*

16

இல்லையாவை சொல்ல இத்தனை வழிகளா!

'சிக்குன்குன்யாவைப் பத்திக் கேள்விப்பட்டதுலருந்து பகல்ல கொசுவைப் பார்த்தாலே எனக்கு பயமா இருக்கு ஆன்ட்டி!' என்று தோளைக் குலுக்கினாள் கோமதி.

'கோமு! தண்ணீர் டேங்க்கை மாசத்துக்கு ஒருதரம் நாம கழுவி விட்டுடறோம். அப்புறம், தண்ணீர் இருக்கிற எல்லா பாத்திர பண்டங்களையும் மூடி போட்டு வெச்சிருக்கறோம். அதனால, கொசு வர சான்ஸே இல்லை. Our home is neat and tidy, isn't it?' என்றார் உஷா மேம்.

வித்யா காத்துக் கொண்டிருந்தவள்போல, 'மேம்! நீங்க இப்ப யூஸ் பண்ணின isn't it சரியானது தானா?' என்று மேமை மடக்கி விட்டதாக நினைத்துக் கொண்டு கேட்டாள். அவள் கேட்டதும் பகபகவென்று சிரித்துவிட்ட மேம், 'சரிதான் வித்யா! நான் உன்கிட்ட' isn't it வியாதி உனக்கும் வந்துடுச்சா'னு கேட்டதை ஞாபகம் வச்சிக்கிட்டு இதைக் கேக்கறயா?' என்று கேட்டார்.

'ஆமா மேம்! isn't it-ஐ எப்படி உபயோகப் படுத்தறதுனு தெரிஞ்சுக்க ஆவலாயிருக்கறேன்...' என்று சொல்ல, கோமதியும் 'அதெப்படி ஆன்ட்டி... isn't it ஒரு வியாதினு சொல்வீங்க?' என்று கேட்டாள். மேம் சிறிது நேரம் ஏதோ ஞாபகத்தில் இருந்துவிட்டு, 'ஒன் ஹண்ட்ரட் அண்ட் ஒன்!' என்றார் திடீரென்று.

'என்ன ஆன்ட்டி... 101 பார் சோப்பா?' என்றாள் கோமதி, கிண்டலாக.

'இல்ல கோமு. என் காலேஜ் நாட்களை நினைச்சிக் கிட்டேன். எங்க மேம் ஒருத்தவங்க பாடம் நடத்தறப்ப நடுநடுவுல isn't it-னு கேப்பாங்க. ஒரு பீரியட்ல 101 தடவை சொன்னதுதான் ரிகார்டு பிரேக்!'

'பாடத்தை கவனிக்காம எண்ணுவீங்களாக்கும்!' என்றாள் கோமதி சிரித்தவாறு.

'எங்க 'கேங்' அப்படி எண்ணினது HOD-க்கு தெரிஞ்சு போச்சு. அவங்க ஒருநாள் மறைவா நின்னு அந்த லெக்சரர் மேம் நடத்தறதைக் கவனிச்சிருக்காங்க. அப்புறம், இயல்பா கிளாஸுக்குள்ள வந்து, isn't it வாக்கியத்தை தற்செயலா உபயோகப்படுத்தற மாதிரி உபயோகப் படுத்தி, 'அதை எல்லா வாக்கியங்கள்லயும் பயன்படுத்தறது தப்பு'னு சொல்லி, பாடமே எடுத்தாங்க' என்று சிரித்த மேம் தொடர்ந்தார்..

'நாம ஒரு விஷயத்தைத் தெரிஞ்சுக்கணும்னா, அதை ரெண்டு வகையில அப்ரோச் பண்ணலாம். ஒண்ணு, asking for information... அதாவது, தகவல் அறிய கேட்டல். இன்னொண்ணு, asking for agreement or confirmation... அதாவது உறுதிப்படுத்திக் கொள்ள கேட்டல். yes/no கேள்விகளும், wh- கேள்விகளும் தகவல் அறிய உதவும்கறது நமக்கு ஏற்கனவே தெரியும். வித்யா, கோமுவை சில கேள்விகள் கேளு..' என்றார் மேம்.

உடனே, கோமதியிடம், 'Have you finished cooking?' என்று கேட்டாள் வித்யா.

'No. Not yet' என்றாள், கோமதி.

'What is Shivani doing?'

'She is sleeping.'

'ஓகே! தகவல் அறிய பேசியாச்சு. இப்ப ஒரு விஷயத்தை உறுதிப்படுத்திக்க எப்படி பேசணும்னு பார்க்கலாம்.. 'இந்த பஸ் சைதாப்பேட்டைக்கு போகும் இல்லையா?', 'நீங்க அந்த சினிமாவை இன்னும் பார்க்கலே, அப்படித்தானே?' இந்த மாதிரியான கேள்விகளுக்கு isn't it-னு மட்டும் சிலர் கேட்பாங்க. கேள்வி என்னவா இருந்தாலும், கண்ணை மூடிக்கிட்டு அதுக்கு isn't it-ஐ மட்டும் உபயோகிக்கறது தவறுங்கிறது தான் இன்னிய பாடம்' - மேம் தொடர்ந்தார்.

'உங்களுக்கு ஆக்ஸிலியரி வெர்ப்ஸ் பத்தி ஏற்கனவே தெரியும். அவற்றுக்கான நெகட்டிவ்வை இப்ப தெரிஞ்சுக் கலாம். வித்யா! உனக்குத் தெரிஞ்சா சொல்லேன்.'

வித்யா சொன்னாள்.. 'am - am not, is - isn't, are-aren't, was - wasn't, were - weren't, do - don't, does - doesn't, did - didn't, have - haven't, has - hasn't, had - hadn't. இதெல்லாம் Primary auxiliaries. அப்புறம் modals. இதுக்கு will - won't, shall - shan't, would - wouldn't, should - shouldn't, can - can't, could - couldn't னு வரும்.'

'வெல்டன் வித்யா! இந்த நெகட்டிவும் ஒரு Pronoun-ம் சேர்ந்து ஒரு கேள்வியா வர்றதுக்கு தொடர் வினா (quesition tag)-னு பேரு. தமிழ்ல ஒரே ஒரு 'இல்லையா' தான். இங்கிலீஷ்ல எத்தனை ஆக்ஸிலியரிஸ் இருக்கோ அத்தனை விதமா வரும்! 'You have caught my point, haven't you?...' இப்படி கேக்கணும்!' என்ற மேம் தொடர்ந்து, 'இந்தத் தொடர் வினாவுக்கு ஒரு ரூல் உண்டு!' என்றார்.

'அதான பார்த்தேன்! ஃபார்முலா, ரூல் இல்லாம நீங்க கத்துக் குடுக்க மாட்டீங்களே ஆன்ட்டி...'

'ஆமா... குறிச்சுக்கோங்க.. வாக்கியம் பாஸிடிவா இருந்தா, தொடர் வினா நெகடிவ்ல இருக்கணும். வாக்கியம் நெகடிவா இருந்தா தொடர் வினா பாஸிடிவ்ல இருக்கணும். மறக்காதீங்க... வாக்கியத் தோட ஆக்ஸிலி யரியை வச்சுத்தான் தொடர் வினா அமையணும்'

'அடேயப்பா! தமிழ்ல சுலபமா ஒரு 'இல்லையா'னு போட்டு பேசிடறோம். இங்கிலீஷ்ல ஒவ்வொண்ணும் ஒவ்வொரு விதம்...

ரியலி க்ரேட்!' என்று மேம் சொன்னதையே தானும் சொல்லி வியந்தாள் கோமதி.

'சரி... இப்ப நான் ஒரு தொடர் வினா சொல்றேன். அதை இங்கிலீஷ்ல சொல்லு வித்யா... அவங்க நேத்து சினிமாவுக்குப் போனாங்க... இல்லையா?'.

வித்யா சொன்னாள். 'They went to cinema yesterday, didn't they?'

'கோமு! வித்யா சொன்னது சரியா?'

'சரிதான் ஆன்ட்டி... went - ங்கிற வெர்ப்புக்கு ஆக்ஸிலியரி did come-னு வரும். அதுக்கு நெகடிவ் didn't they. சரிதான்...'

'வெரி நைஸ் டு ஹியர் யு கோமு... இந்த am வந்தா...'

'நானே சொல்லிடறேன் ஆன்ட்டி... I am giving examples, am not I?' என்று வேகமாகச் சொன்ன கோமதியை, 'அதுதான் இல்லை!' என்று கையை விரித்து மறுத்தார், உஷா மேம்.

'வேற எப்படிச் சொல்லணும் மேம்?'

'I am giving examples, aren't I? னு சொல்லணும். கொச்சை இங்கிலீஷ்ல சில பேர் ain't I-னு மட்டும் சொல் வாங்க. ஆனா, am-க்கு தொடர் வினா aren't I தான்'.

'மேம்... ஒரே வாக்கியத்துல ரெண்டு ஆக்ஸிலியரி வருது. உதாரணமா I can do it-னு வந்தா, தொடர் வினா can க்கு போடறதா, do- க்கு போடறதா?' என்று சந்தேகப் பட்டாள் வித்யா.

'வாக்கியத்தோட முதல் ஆக்ஸிலியரிக்குத்தான் தொடர் வினா அமைக்கணும்' என்று சொல்லிவிட்டு போர்டில் எழுதிப் போட்டார் மேம்.

- They were not going to Bangalore, were they?
- Meena has not completed the course, has she?
- My friends do not play chess, do they?

'நம்ம உரையாடல்ல வெறும் தகவல் பெறுகிற கேள்விகளா கேட்கறதுக்கு ஒரு மாற்றா இப்படி asking for agreement or confirmation வகையில தொடர் வினா கேக்கறது சுவாரசியமா இருக்கும். நீங்க ரெண்டு பேரும் அதுமாதிரி ப்ராக்டீஸ் செய்யுங்க...' என்று அன்றைய வகுப்பை முடித்தார் உமா மேம்.

'Your teaching is very nice aunty, isn't it?' என்றாள் கோமதி.

'மறுபடியும் isn't it-ஆ? பரவாயில்ல... அடிக்கடி அதைச் சொல்லாதே... வெரைட்டியா பேசு' என்று கண்ணைச் சிமிட்டினார் மேம்.

நுனி நாக்கு ஆங்கிலம் பேசலாமா? நிறைய பேருக்கு நுனி நாக்கில் ஆங்கிலம் பேச ஆசைதான். ஆனா 'அதெல்லாம் நமக்கு சரிப்பட்டு வராதுப்பா'னு ஒதுங்கிடறதைப் பார்க்கிறோம். அது ஒண்ணும் கம்ப சூத்திரம் இல்லை! இங்கிலீஷை ஸ்பீடா பேசறவங்களை கவனிச்சுப் பார்த்திருக்கறீங்களா? உதடுகளை மட்டும் அசைப்பாங்க. வாயை அதிகமா திறக்க மாட்டாங்க. ஆனா பல பேர் டிராமால வசனம் பேசற மாதிரி வாயை திறந்தாங்கன்னா சவுண்டுதான் வரும். ஸ்பீட் வராது. இந்த ஸ்பீடைத்தான் சரளம் (fluency)னு சொல்றோம். சரளமா பேச நிறைய டிப்ஸ் இருக்கு. ஒவ்வொண்ணா பார்க்கலாம். ரெடியா இருங்க!

17

ஊர்வம்பு பேசலாமா?

தங்களை வரவேற்கத்தான் வாசலில் உஷா மேம் நிற்கிறாரோ என்று நினைத்து, கோமதியும் வித்யாவும் வேகமாக வந்தார்கள்.

'எங்களுக்காக வெயிட் பண்றீங்களா மேம். ஸாரி, லேட் ஆயிடுச்சி…' என்று வருத்தம் தெரிவித்தாள் வித்யா.

'இல்ல வித்யா.. இன்னும் வேலைக்காரி வரல.. ஒரு கை ஒடிஞ்சது மாதிரி சமையலை முடிக்க முடியாம அவளை எதிர்பார்த்து நிக்கறேன்!' என்றார் மேம்.

'ஆன்ட்டி… கவலையை விடுங்க. நாங்க இருக்கறோம். என்ன வேலை செய்யணும்… சொல்லுங்க…' என்றவாறு புடவையை வரிந்து கட்டிக்கொண்டாள் கோமதி.

'எதுக்கு உங்களுக்கு வீண் சிரமம்…' என்ற மேமின் வார்த்தைகளை புறக்கணித்துவிட்டு, இருவரும் கோதாவில் இறங்க… அடுத்த அரை மணி நேரத்தில் சமையல் வேலை முடிந்தது.

'தேங்க்ஸ் எ லாட் டு போத் ஆஃப் யூ!' என்று மேம் நெகிழ்ச்சியோடு நன்றி பாராட்ட, 'யூ ஆர் வெல்கம்!' என்றனர் சிஷ்யைகள்.

‘மேம்! ஒண்ணே ஒண்ணுதான் மிஸ்ஸிங். மாதங்கி ஊர் வம்பு பேசிக்கிட்டே வேலை செய்வா. நாங்க ஸைலன்ட்டா வேலை பார்த்தோம்!’ என்றாள் வித்யா.

சட்டென குறுக்கே புகுந்த கோமதி, ‘ஆமா, ஆன்ட்டி, இங்கிலீஷ்ல ஊர்வம்பு எப்படி பேசுவாங்க? கொஞ்சம் சொல்லுங்களேன்...’ என்று ஆர்வமாக, அதுவே அன்றைய வகுப்பின் ஆரம்பமாகி விட்டது.

‘மேம்! அக்கா சொல்ற ஊர்வம்புக்கு இங்கிலீஷ்ல reported speech அவசியம் இல்லையா?’

‘Yes, you are. ரெண்டு பேர் பேசிக்கிறதை மூணாவது நபருக்கு report பண்றதுதான் reported speech. இதை indirect speech-னு கூட சொல்வாங்க. அதனாலதான் நிருபர்களை நாம reporters-னு அழைக்கிறோம். ஓகே. இன்னிக்குப் பாடமா இதையே வச்சுக்கலாம். என்ன?’

‘ஓகே!’ என்று ஆமோதித்தனர் இருவரும்.

‘அமலா என்கிற பொண்ணும் நானும் பேசிக் கறதா வச்சுக்குவோம். அதை விமலாகிட்ட ரெண்டு விதமா சொல்லலாம். அமலா பேசின அதே வார்த்தைகளை அப்படியே விமலாகிட்ட சொல்லிடறது முதல் வகை. இதுக்கு direct speech-னு பேர். ஆனா அது சாத்திய மில்லை. ஏன்னா, அமலா சொன்ன அத்தனை வார்த்தைகளையும் ஞாபகம் வச்சுக்கிட்டு அப்படியே ரிபீட் பண்றது கஷ்டம். அதனால ரெண்டாவது வகையான indirect speech-ல சொல்றதுதான் சரியானது. நாம பேசறதுக்கு இந்த speech தான் நல்லது.’

‘எப்படி ஆன்ட்டி indirect speech-ல பேசறது?’

‘சுலபமா ஒரு கேள்வியைக் கேட்டுட்டே கோமு! ஆனா, அதை விளக்கறது அத்தனை சுலபமானது இல்லை. நல்லா புரிஞ்சுக் கணும்னா நாம மொதல்ல வாக்கியத்தின் வகைகளை தெரிஞ்சுக்கணும்...’

‘ஆன்ட்டி! இந்த விஷயத்துல நான் ஒரு ஸைபர். எனக்கு ஆரம்பத்துல இருந்து விளக்குங்க.’

‘விளக்கறேன்... அப்பதான் நீ இங்கிலீஷ்ல ஈஸியா ஊர் வம்பு பேச முடியும்!’ என்று கலாய்த்தபடி மேம் போர்டில் எழுத ஆரம்பித்தார்.

Types of Sentences	Example
1. சாதாரண வாக்கியம் (Declarative)	I will buy apples tomorrow.
2. கேள்வி வாக்கியம்	a. Are you a housewife?
(Interrogative)	b. Why did Mala cry?
3. கட்டளை வாக்கியம் (Imperative)	Take this pen.
4. வேண்டுகோள் வாக்கியம் (Request)	Pass the spoon, please.
5. வியப்பு வாக்கியம் (Exclamatory)	How beautiful the flower is!

'நாம indirect speech-ல பேசணும்னா... அதாவது, மூணாவது நபருக்கு report பண்ணனும்னா... இந்த அஞ்சு வகை வாக்கியங்களையும் அஞ்சு வகையா சொல்லணும். அதைத்தான் நாம கத்துக்கப் போறோம்.'

'ஆன்ட்டி! சாதாரண வாக்கியத்துக்கு உதாரணம் குடுத்து இருக்கீங்க. அது எப்படி இருக்கும்?'

'சில நிறுத்தக் குறிகள் (Punctuation marks), சில வார்த்தைகளின் பிரயோகம் இதை வச்சுத்தான் வாக்கிய வகைகளை நாம் தெரிஞ்சிக்கணும். சாதாரண வாக்கியம் முற்றுப் புள்ளியில் முடியும். கேள்வி வாக்கியம் கேள்விக் குறியில் முடியும். கட்டளை வாக்கியம் ஒரு மெயின் வெர்ப்ல ஆரம்பிக்கும். வேண்டுகோள் வாக்கியத்துல Please என்கிற வார்த்தை இருக்கும். வியப்பு வாக்கியம் வியப்புக் குறியில முடியும்.'

'மேம்! direct speech பத்தி கொஞ்சம் சொல்லுங்க.'

'ரெண்டு பேர் நேருக்கு நேரா பேசிக்கிறதுதான் direct speech. போன்ல பேசறது கூட இதுல அடங்கும். நீங்களே சொல்லுங்க... நாம எப்படி இன்னொருத்தர் கூட பேசிப்போம்?'

'ஆன்ட்டி... நிறைய first person, second person வார்த்தைகளை உபயோகிச்சு பேசிப்போம்.'

'அதை மூணாவது நபர்கிட்ட, அதாவது உன் பாஷையில சொன்னா...

ஊர் வம்பு... எப்படி பேசுவோம்?'

'Third person ல சொல்வோம். 'நான்' என்கிறது 'அவன்', 'அவள்'-னு மாறிடும். 'நீ' என்கிறது கூட அப்படியே மாறும்...'

'கோமு! இங்கிலீஷ்லகூட அதே டெக்னிக்தான். சாதாரண வாக்கியத்தை எப்படி direct speech-ல இருந்து reported speech-க்கு மாத்தறதுனு மொதல்ல தெரிஞ்சுக்குவோம்...' என்ற மேம், வித்யாவின் நோட்டை வாங்கி மடமடவென சில வாக்கியங்களை எழுதிவிட்டு அவளிடம், 'வித்யா! நீ என்ன பண்றே... நான் எழுதின வாக்கியங் களை ஒவ்வொண்ணா படி. கோமு! நீ என்ன பண்றேனா, அந்த வாக்கியத்துல வர்றது ஆணா, பெண்ணானு கவனிச்சு 'What did he or she say?'-னு என்னைப் பார்த்துக் கேக்கணும். நான் வித்யா படிச்ச வாக்கியத்தை reported speech-ல சொல்வேன். ஓகேவா?' என்றார் மேம்.

'ஓகே.'

வித்யா முதல் வாக்கியத்தைப் படித்தாள்.

வித்யா: Amala said, 'I will buy apples tomorrow'.

கோமு: What did she say?

மேம் : Amala said that she would buy apples the next day.

மேம் தொடர்ந்தார். 'நான் indirect speech- ஆக மாத்தின வாக்கியத்தை நீங்க ரெண்டு பேரும் கவனமா படிங்க. அப்புறம் நான் எது எதை எப்படி direct speech-லிருந்து மாத்தியிருக்கறேன்னு என் கூட விவாதிக்கணும். கம் ஆன் ஸ்டார்ட்.'

நுனி நாக்கு ஆங்கிலம் பேசலாமா?

ஆங்கிலத்தில் சரளமாகப் பேச, அந்த மொழியின் உச்சரிப்புக் களை நன்றாகத் தெரிந்துகொள்வது அவசியம், உங்களுக்கு ஒரு விஷயம் தெரியுமா?

தமிழில் 'ர்' ஒலி உண்டு, ஆனால், இங்கிலீஷில் அது கிடையாது! ஒரு மெய்யெழுத்துடன் 'r' என்ற எழுத்து சேரும்போது, 'ர்' ஒலி உண்டாகும். ஆனால், பேசும்போது நாம் 'ர்' ஒலியை அழுத்தமாக உச்சரிக்காமல் தவிர்த்துவிட வேண்டும்.

உதாரணத்துக்கு...

card	*கா(ர்)ட்*
car	*கா(ர்)*
girl	*கே(ர்)ள்*
doctor	*டாக்டெ(ர்)*

இந்த 'r' எழுத்து ஓர் உயிரெழுத்துடன் சேரும்போது உயிர்மெய் எழுத்தாக மாறும்

(உ.ம்) Car engine கா ரெஞ்சின்

18

பேச்சை மாத்தலாமா!

வித்யாவிடம் கோமதி சொல்லிக்கொண்டிருந்தாள்... 'வித்யா... Reported speech-ல நிறைய விஷயம் மாத்தணும் போல இருக்கே!'

'ஆமா அக்கா. நம்ம மேம் ஒரு சாதாரண statement- ஐ மாத்தற உதாரணம் மட்டும் கொடுத்து இருக்காங்க. இன்னும் மத்த டைப்லாம் இருக்கு' என்று வித்யா சொன்னதும், அங்கு அந்த உஷா மேம்...

'Indirect speech-ஐ ஏதோ பரீட்சைக்குப் படிக்கிற மாதிரி படிக்கிறீங்க போல இருக்கே! ரிலாக்ஸ் கண்ணுகளா! பேசறப்ப அவ்வளவு bookish-ஆகப் பேசணும்னு அவசியமில்லை!' என்றார்.

'மேம்! ஸ்கூல்ல நிறைய ரூல்ஸ்லாம் சொல்வாங்க...'

'வாஸ்தவம்தான் வித்யா. ஸ்கூல்ல இன்னிக்கி பேசறதை இன்னிக்கே ரிப்போர்ட் பண்றது எப்படினு சொல்லிக் கொடுத்திருக்காங்களா?' என்ற மேமின் எதிர்கேள்விக்கு, 'இல்ல மேம்!' என்றாள் வித்யா.

'நான் கொஞ்சம் வித்தியாசமா சொல்லிக் கொடுக்கலாம்னு இருக்கேன், வித்யா! சரி, நான் கொடுத்த statement வாக்கியம் என்ன சொல்லு.'

'Amala said, 'I will buy apples tomorrow'.'

'ஓகே. கோமு நீ சொல்லு... இந்த வாக்கியத்தை நான் எப்படி indirect speech-ல மாத்தியிருக்கேன்?'

'Amala said that she would buy apples the next day.'

'வெரிகுட். இப்ப கவனியுங்க. அமலா சொன்னதை இன்னிக்கே ரிப்போர்ட் பண்றப்ப tomorrow-ங்கிற வார்த்தையை மாத்தக் கூடாது. சரி. வேற என்ன changes அந்த indirect speech-ல செஞ்சிருக்கேன்?'

வித்யா சொன்னாள். 'That-னு ஒரு இணைப்புச் சொல்லை போட்டிருக்கீங்க. will-I would-னு மாத்தியிருக்கீங்க.'

'Will ஏன் அப்படி would-ஆக மாறிச்சு?'

'Amala said-ங்கிறது past tense-ல இருக்கு. அதனால, அமலா பேசற actual words-ல இருக்கிற வெர்ப்பையும் அதே tense-க்கு மாத்தணும்.'

'குட். சரி, Amala says -னு வாக்கியம் இருந்தா எப்படி வரணும்... கோமு, நீ சொல்லு.'

'Says-ங்கிறது present tense. அதனால, will-ஐ மாத்தாம அப்படியே வச்சுக்கணும். சரியா ஆன்ட்டி?'

'ரொம்ப சரி. அப்புறம், ஒரு முக்கியமான விஷயம்... இந்த that-ங்கிற இணைப்புச் சொல்லை விட்டுட்டுக்கூட பேசலாம். இந்த மாதிரி பேசறதை நீங்க இங்கிலீஷ் நாவலை படிக்கும்போது கவனிச்சிருக்கலாம். அதாவது, Amala said she would buy apples tomorrow-னு நேரடியா இன்னிக்கி சொன்னதை இன்னிக்கே ரிப்போர்ட் பண்ணிடலாம். 'Meena said Raju was going to Chennai. Mala cried her moped was missing'... இப்படி that இல்லாம பேசறப்ப ஸ்பீடு கிடைக்கும்.'

'ஒருத்தர் பேசினதை சில நாள் கழிச்சு ரிப்போர்ட் பண்ணினா எப்படி பேசணும், ஆன்ட்டி?'

'இன்னிக்கி புதன்கிழமை இல்லையா? Rita என்கிற பொண்ணு நம்மகிட்ட இப்படி பேசறதா வச்சுப்போம்... 'I will see you on Friday.' இதை Thursday, Friday, Saturday ஆகிய கிழமைகள்ல ரிப்போர்ட் பண்றது எப்படி? யோசிச்சு சொல்லுங்க' என்று மேம் சொன்னதும்...

கோமதியும் வித்யாவும் போட்டி போட்டுக் கொண்டு சொன்ன வாக்கியங்கள் பின்வருமாறு:

Thursday report: Rita said she would see me tomorrow.

Friday report: Rita said she would see me today.

Saturday report: Rita said she would see me yesterday.

‘ரொம்ப சந்தோஷம் கண்ணுகளா! நல்லா புடிச்சிக்கிட்டீங்க. இதேமாதிரி தான் this, here-ங்கற பக்கத்துல இருக்கறதைக் குறிக்கும் வார்த்தைகளையும் handle பண்ணனும். உதாரணமா, Kamala said to Vimala , ‘I like this table’. இதை வழக்கமா எப்படி மாத்தலாம்?’

வித்யா சொன்னாள்: ‘மேம். இதுல this-ங்கிற அருகில் குறிக்கும் வார்த்தை வருது. அதை distant word-ஆக மாத்தணும். அதாவது that-னு... Kamala told Vimala that she liked that table.’

‘சரி. இப்ப விமலாவே கமலா சொன்னதை ரிப்போர்ட் பண்றானு வச்சுப்போம். அதோட, அந்த விமலா கமலா குறிப்பிட்ட அந்த டேபிள் பக்கத்திலேயே இருக்கானு வை. எப்படி அவ ரிப்போர்ட் பண்ணுவா?’

கோமதி சொன்னாள். ‘Kamala said she liked this table. அதாவது, this-ஐ அப்படியே வச்சுக்கணும்.’

‘அக்கா ரைட்டா சொல்லிட்டாங்க மேம். actual வார்த்தைகள் கேள்விகளா இருந்தா, எப்படி indirect speech-ல ரிப்போர்ட் பண்ணனும்?’

‘ஓகே.. ராஜா என்கிறவன் பூஜாகிட்ட, ‘Are you a house wife?’-னு கேக்கறது எந்த மாதிரியான கேள்வி கோமு?’

‘ஆன்ட்டி! அது yes/no -னு பதில் வர்ற கேள்வி.’

‘குட். இந்த மாதிரியான கேள்வியை indirect speech-ல சொல்ல if போட்டு இணைக்கணும். that போடக் கூடாது. Raja asked Pooja if she was a housewife.’

‘இன்னொரு உதாரணம் கொடுங்க மேம்.’

‘சரி. இதுல நாம கவனிக்க வேண்டிய விஷயம் ஒண்ணு இருக்கு வித்யா... கேள்வின்னா அது verb முன்னாலேயும், subject பின்னாலேயும் வரும். அதாவது VS form-ல வரும். அதை indirect speech-ஆக மாத்தறப்ப SV form-ல சொல்லணும். ஓகேவா? வேற உதாரணம் தர்றேன். Raja asked Pooja, ‘Can you swim?’ இதை மாத்துங்க.’

‘நான் சொல்றேன் ஆன்ட்டி. Raja asked Pooja if she could swim.’

‘டபுள் ஓகே கோமு! அடுத்து வர்றது wh-கேள்வி. இந்த கேள்விக்கு if-ம் வராது, that-ம் வராது! wh-கேள்வி வார்த்தையை அப்படியே இணைச்சுடணும்.

உதாரணம்-Rani asked Vani, 'Why did Mala cry?' இதை மாத்தினா Rani asked Vani why Mala cried-னு வரும். மாத்தறதுக்கு வேற கேள்வி தர்றேன். Rani asked Vani, 'Where is your hand bag?'

'நான் சொல்றேன் ஆன்ட்டி. Rani asked Vani where was her handbag.'

'கோமு! நீ சொன்னதுல ஒரு சின்ன தப்பு இருக்கு.'

'நான் சொல்றேன் மேம். அக்கா SV form-ல மாத்தாம VS form-லயே சொல்லியிருக்காங்க.

Rani asked Vani where her handbag was-னு இருக்கணும்.'

'வெரி நைஸ் ஆன்ஸர். சில பேர் actual words-ல past tense இருந்தா, அதை past perfect-ஆக மாத்தணும்னு ரூல் சொல்வாங்க. சரியான கிராமரும் அதுதான். ஆனா, நாம பேசறப்ப அத்தனை கரெக்ட்டா பேசணும்னு அவசியம் இல்ல. வெறும் past tense-லயே இருக்கலாம்.'

'உதாரணம் ப்ளீஸ்!'

போர்டில் எழுதினார் மேம்...

Meena said, 'I went to Bangalore for an interview.'

'இதை indirect speech-ல மாத்தறப்ப, இந்த வாக்கியத்துல வர்ற went-ஐ had gone-னு மாத்தணும். ஏன்னா Meena said-ங்கிறது past tense. Meena said she had gone to Bangalore for an interview. இதை Meena said she went to Bangalore-னு சொன்னாலும் தப்பில்லைனு சொல்ல வந்தேன்.'

மேம் சொன்னார்... 'வித்யா! உனக்கு காலேஜுக்கு நேரமாச்சு இல்லையா? மத்த டைப் வாக்கியங்களை மாத்தறதை அடுத்த கிளாஸ்ல பார்ப்போம். Bye!'

நுனி நாக்கில் ஆங்கிலம் பேசலாமா? 'ஏ' இல்லை... 'எய்'!

எங்கே இந்த வார்த்தைகளைக் கொஞ்சம் உச்சரியுங்கள்... Great, day, make, gate, date, rate...

ரொம்ப ஸாரிங்க... இந்த வார்த்தைகளை 'ஏ' சவுண்டில் உச்சரித்தீர்களா! அது தப்புங்க! ஏன்னா இங்கிலீஷ்ல 'ஏ' என்கிற நெடில் இல்லைங்க...'எய்'-னுதான் உச்சரிக்கணும். 'க்ரேட்' னு சொல்லாதீங்க...'க்ரெய்ட்' னு சொல்லுங்க. 'மேக்' இல்லை, அது 'மெய்க்'.

ஆனா தனியாஒரு வாக்கியத்துல 'A' வந்தா அதை 'அ'- னு தான் சொல்லணும். அதுக்கு ஒரு உதாரணம்:

He is a dentist... ஹீ இஸ் அ டென்டிஸ்ட் ஓகே...

'எய்' உச்சரிப்புல, கீழே வர்ற வாக்கியங்களை சொல்லிப் பழகுங்க.

- He came late... ஹீ கெய்ம் லெய்ட்
- The child breaks the slate
- She baked a cake near the gate and gave it to her mate

19

கம்பேர் எப்படி பண்ணலாம்?

உஷா மேம் எங்கோ கிளம்புகிற அவசரத்தில் இருந்தார். அதனால், வித்யாவும் கோமுவும் உள்ளே நுழைந்த உடனேயே பாடத்தைத் தொடங்கிவிட்டார்.

கோமுவும் மேமின் அவசரத்தைப் புரிந்துகொண்டு, 'ஆன்ட்டி! இங்கிலீஷ்ல கம்பேர் பண்ணிப் பேசறது எப்படினு சொல்லித் தாங்க... ப்ளீஸ்!' என்று கோரிக்கை வைக்க,

'கோமு... Comparison of adjectives and adverbs-ஐ கத்துக்கிட்டோம்னா, நல்லா கம்பேர் பண்ணிப் பேசலாம்' என்ற மேம், தொடர்ந்து அதைப் பற்றி விளக்கப் போக, நடுவில் குறுக்கிட்டாள் வித்யா.

'மேம்...' என்று அவள் தயங்கவும்,

'என்ன வித்யா! கேளு... ஸ்டூடன்ட்ஸ் கேள்வி கேட்டாத்தான் டீச்சர்ஸ் update-ஆக இருப்பாங்க. கற்றது கம்ப்யூட்டர் அளவு... கல்லாதது இன்டர்நெட் அளவு!' என்று பஞ்ச் டயலாக் சொன்னார் மேம்.

'அதில்ல மேம்... Indirect speech-ல கத்துக்கற விஷயம் இன்னும் பாக்கி இருக்கு' என்று நினைவு படுத்தினாள் வித்யா.

'யூ ஆர் ரைட் வித்யா. பார்த்தியா... இந்த கோமு நம்ம பாடத்தையே திசை திருப்பி விட்டுட்டா...' என்று செல்லமாகக் கண்டித்த மேம்,

'Indirect speech-ல... முக்கியமா Imperative வாக்கியத்துல... நாம இன்னும் சில உதாரணங்களைப் பார்க்கலாம். Imperative வாக்கியத்தைப் பொதுவா கட்டளை வாக்கியம்னு சொல்வோம். ஆனா நாம பயன்படுத்தற வெர்ப்-ஐப் பொறுத்து, அதோட குணாதிசயங்கள் மாறும்!' என்றார்.

'அதுக்குக் கூட மனுஷத்தன்மை இருக்கா ஆன்ட்டி?' என்று வியந்தாள் கோமதி.

'ஆமா கோமு! பேசறவங்களோட குணம் அந்த வாக்கியங்களுக்கு வந்துடும். உதாரணமா, உன்கிட்ட Write neatly-னு சொன்னா... அது கட்டளையா?'

'இல்ல ஆன்ட்டி... நீங்க அட்வைஸ் பண்றீங்க...'

'Write neatly-ங்கிறது ஒரு imperative. அதை ரிப்போர்ட் பண்றப்ப வெர்ப்-க்கு முன்னால to போட்டு இணைக்கணும். வித்யா... சொல்லு பார்ப்போம்!'

வித்யா சொன்னாள்... 'Ma'am advised Gomathi to write neatly.'

'கரெக்ட்! அதேமாதிரி Don't னு வெர்ப் ஆரம் பிச்சா, not to போட்டு ரிப்போர்ட் பண்ணனும்.'

மேம் போர்டில் எழுதிப் போட்டார்.

- Take this route to Chennai.
- Don't cross the railway line.

'சொல்லுங்க... இந்த வாக்கியங்கள் எந்த அர்த்தத்துல வருது?'

வித்யா சொன்னாள். 'Take this route-ங்கிறது ஒரு suggestion அல்லது direction. Don't cross the railway line-ங் கிறது ஒரு warning.'

'ரீட்டாங்கிற பொண்ணுகிட்ட இப்படி சொல்றோம்னு வையுங்க. அதை எப்படி ரிப்போர்ட் பண்ணலாம்?'

'I directed Rita to take that route to Chennai. I warned Rita not to cross the railway line.'

'வெரிகுட்! கொஞ்ச நேரம் முன்னாடி கோமு என்னை ரிக்வெஸ்ட் பண்ணினா இல்லையா? அதை, Gomathi requested me to teach comparison of adjectives and adverbs-னு ரிப்போர்ட் பண்ணனும்' என்று மேம் சொல்ல, கோமு உற்சாகமாக...

‘ஆன்ட்டி... வியப்பு வாக்கியத்தை ரிப்போர்ட் பண்ண எனக்குத் தெரியும். டென்த் படிக்கறப்ப எங்க மேம் சொல்லிக் குடுத்தது நல்லா ஞாபகம் இருக்கு. How beautiful the flower is ! இதை ரிப்போர்ட் பண்ணினா, I wondered that the flower was very beautiful-னு வரும். ஓகேவா?’

‘நல்ல ஞாபகசக்திதான் உனக்கு!’ என்று அவளைப் பாராட்டினார் மேம். ‘Reported speech-ஐ ஓரளவுக்குக் கத்துக் கிட்டீங்கனு நினைக்கிறேன். இன்னும் கத்துக்கணும்னா, நல்ல ‘கிராமர்’ புக்கா பார்த்து படிங்க!’ என்றார் மேம்.

‘சரி மேம்... இனிமே கோமு அக்கா ஆசைப்பட்ட மாதிரி கம்பேர் பண்றது பத்தி கத்துக்கலாம். அதுக்கு adjective அவசியம் வேணும் இல்லையா?’ என்று வித்யா கேட்க,

‘ஆமா வித்யா.. சரி.. எது எதையெல்லாம் கம்பேர் பண்ணலாம்?’ என்றார் மேம்.

"Persons, things, tastes, sounds, smells இந்த மாதிரி நிறைய இருக்கு.’

‘குட். நீங்க கீழ் க்ளாஸ்ல adjective... அதாவது பண்புச் சொல் பத்தி ஒரு வரையறை (definition) படிச்சிருப்பீங்க. ஆனா அது காலை வாரி விட்டுடும்!’ என்று நிறுத்தினார் உஷா மேம்.

‘An adjective describes a noun. இதுதான் நான் படிச்ச வரையறை. அது தப்பா மேம்?’

‘அந்த வரையறை ஓரளவுக்குத்தான் உதவும் வித்யா. a boy-ங்கிறது ஒரு noun. அவனை எப்படி எல்லாம் வர்ணிக்கலாம்?’

கோமதி சொன்னாள். ‘a good boy, a bad boy, a tall boy, an intelligent boy.’

‘வெரிகுட். நீ சொன்ன good, bad, tall இதெல்லாம் adjectives. வித்யா! a street dog-ங்கிறதுல street-னுடைய பங்கு என்ன?’

‘அது dog-ஐ வர்ணிக்குது இல்லையா. அதனால அதுவும் ஒரு adjective-தான்.’

‘இங்கேதான் உன் definition தப்பாப் போகுது வித்யா. a street dog-ங்கிறது ஒரு double noun. street வந்து adjective கிடையாது!’

‘ஆனா, அது நாயை தெருநாய்னு வர்ணிக்குதே மேம்... அப்படீன்னா adjective-ஐ எப்படித்தான் கண்டுபிடிக்கறது?’

‘அதுக்கு ஒரு சின்ன டெஸ்ட் இருக்கு!’ என்று கோமதியை ஓரக்கண்ணால் பார்த்தார் உஷா மேம்.

அவளும் கண்சிமிட்டி, ‘ரூல்னு சொல்வீங்க... இப்ப டெஸ்ட்னு மாத்திட்டீங்களா?’ என்றாள் சிரித்துக் கொண்டே.

‘அந்த டெஸ்ட் என்னன்னா ஒரு noun-ஐ வர்ணிக்கிற வார்த்தைக்குப் பின்னால் er,- est சேர்த்துப் பார்க்கணும். இல்லன்னா more, most-னு முன்னால போடணும். வித்யா! கோமு சொன்ன adjectives-க்கு degrees சொல்லு.’

வித்யா சொன்னாள்: ‘tall-taller-tallest, good-better- best, intelligent-more intelligent-most intelligent.’

‘street - க்கு - er, - est சேர்க்க முடியுமா?’

‘முடியாது. streeter, streetest-னு வராது.’

‘அட! இந்த டெஸ்ட் சிம்பிளா இருக்கே ஆன்ட்டி.’

‘a war ship. இதுல war ஒரு adjective-ஆ?’

‘டெஸ்ட்ல ஃபெயில் ஆயிட்டது. so it is not an adjective.’

‘அது வெறும் noun தான் மேம்...’

‘running water. இது?’

‘நோ சான்ஸ். நீரை வர்ணிச்சா கூட அந்த வார்த்தை ஒரு... ஒரு...’

‘தெரியலயா? running-ங்கிறது இங்கே ஒரு participle-ஆக வந்திருக்கு. அதனால noun-ஐ வர்ணிக்கிற வார்த்தையெல்லாம்...’

‘adjective கிடையாது!’ என்று முடித்தாள் கோமதி.

....

நுனி நாக்கு ஆங்கிலம் பேசலாமா? டபுள் இல்லை சிங்கிள்தான்!

Spelling, sitting, runner, beggar, batting, swimming.

என்ன... மேலே உள்ள வார்த்தைகளை உச்சரிச்சீங்களா? பொதுவா, தமிழ்ல அவற்றைத் கீழ்வருமாறு எழுதுவாங்க... படிப்பாங்க...

ஸ்பெல்லிங், ஸிட்டிங், ரன்னர், பெக்கர், பேட்டிங், ஸ்விம்மிங்...

தமிழுக்கு அது சரி. ஆனா, இங்கிலீஷா உச்சரிக்கறப்ப 'll, tt, nn, gg, mm'-னு வந்தா சிங்கிளாதான் உச்சரிக்கணும்.

எங்கே சொல்லுங்க... ஸ்பெலிங், ஸிடிங், ரனர், பெகர், பேடிங், ஸ்விமிங்...

கீழே உள்ள வாக்கியங்களை வாசிச்சு, ப்ராக்டிஸ் பண்ணுங்க...

The beggar is swimming.

Tendulkar is batting. Pathan is the runner.

Tell me the spelling of 'attack'.

20

கம்பேர் பண்ணுவோர் கவனிக்க!!..

'**பா**ட்டி!' என்றபடி ஓடிவந்த ஷிவானியை, 'அடடே.. நல்லா உசரமா வளர்ந்துட்டியே!' என்று அணைத்துக் கொண்டார் உஷா மேம்.

'ஆன்ட்டி, உயரத்துல மட்டுமில்ல... கேள்வி கேக் கறதுலகூட நல்லா வளர்ந்துட்டா!' என்றாள் கோமதி.

'அக்கா! அப்படி அவ என்னதான் கேள்விகளை கேட்கிறா...' என்று கேட்டாள் வித்யா.

'நான் ஏன் girl-அ பொறந்தேன்? ஏன் boy-ஆ பொறக்கலே?'னு கேக்கறா...'

'அட, குட்டி! அப்படியா அம்மாகிட்ட கேக்கறே? நீ ஏன் கேர்ளா பொறந்தே தெரியுமா? Girls are smarter than boys. You are very smart! தெரிஞ்சுதா?' என்று மேம் சொல்ல, அதைப் புரிந்துகொண்டு தலையாட்டினாள் ஷிவானி.

உடனே கோமதி, 'ஆன்ட்டி, இன்னிக்கு கிளாஸுக்கு சப்ஜெக்ட் கிடைச்சுடுச்சு. கம்பேர் பண்ணி பேச கத்துக் கொடுங்க. நானும் வித்யாவும் உயரத்துல வித்தியாசப்படறதை கம்பேர் பண்ணி சொல்றது எப்படிங்கிறதுலருந்தே ஆரம்பியுங்களேன்...' என்றாள் படபடவென்று.

'அதுக்கு முன்னால இந்த கம்பேரிஸன்ல வர்ற er,- est எங்கே, எதுக்கு போடணும்ங் கறதைப் பார்த்துடலாம். அதுக்கு...' என்ற மேம், சில

வினாடிகள் நிறுத்தி, தொடர்ந்து... 'Syllable பிரிக்கக் கத்துக்கணும். அப்போதான் கம்பேர் பண்ண முடியும்' என்றார்.

'Syllable னா என்ன ஆன்ட்டி?'

'கோமு! syllable-ஐ தமிழ்ல 'அசை'னு சொல்றோம். நேரசை, நிரையசைனு வார்த்தைகளை பிரிக்கறது பத்தி கேள்விப் பட்டிருப்பியே... கிட்டதட்ட அதே மாதிரிதான் இங்கிலீஷ்ல Syllable பிரிக்கணும். அதாவது, மெய்யெழுத்துகளை கணக்குல சேர்த்துக்காம, வார்த்தைகளை பிரிக்கணும். உதாரணமா, table என்கிற வார்த்தையில, டே-பிள்-னு ரெண்டு சிலபிள் இருக்கு. tall... இதுல எத்தனை சிலபிள்?'

'டால். ஒரே சிலபிள்தான் ஆன்ட்டி.

'குட்! இந்த 'டால்'ல மெய்யெழுத்தான 'ல்'-ஐ கணக்குல சேர்த்துக்கலைன்னா, அது 'டால்'ங்கற ஒரே வார்த்தையாதான் வருது! சரி. examination?'

'இக்/ஸா/மி/னே/ஷன்... அஞ்சு சிலபிள்!'

'வெரிகுட். இப்ப ஒரு adjective சொல்றேன். Intelligent... இதுல?'
'இன்/டெ/லி/ஜன்ட். நாலு சிலபிள்.'

'ரொம்ப சரி. இப்ப கவனியுங்க. ஒரு சிலபிள், ரெண்டு சிலபிள் மட்டுமே வர்ற adjective அல்லது adverb-, க்கு - er , - est போடணும். மூணு சிலபிள் வந்துட்டா அதுக்கு more, most போடணும்.'

'மேம்.. நான் சொல்றேன். tall - taller - tallest. intelligent - more intelligent - most intelligent.'

'ஆன்ட்டி, adverb- ஐக் கண்டுபிடிக்கறது பத்தி நீங்க சொல்லித் தரவே இல்லையே!' என்று கோமதி கேட்க, ஒரு உதா ரணத்துடன் விளக்கத் தொடங்கினார் மேம்...

'கோமு! ஷிவானி எப்படி சாப்பிடுவா?'

'ரொம்ப ஸ்லோவா... மாடிப் படிக்கட்டுல ஏறி, இறங்கி அவளுக்கு ஊட்டறதுல நான்தான் ரெண்டு கிலோ எறங்கிட்டேன். அத்தனை ஸ்லோ!'

'Shivani eats very slowly. இதுல slowly ஒரு adverb. ஏன்னா, அது வெர்ப்-ஐ விவரிச்சுப் பேசுது.'

'மேம்... பொதுவா adverb எல்லாம் 'y' லதான் முடியும் இல்லையா?'

'ஆமா... ஆனா, அப்படி இல்லாததும் இருக்கு வித்யா. உதாரணத்துக்கு, She sings well. She runs fast. She came soon...'

'இதுக்கும் er, - est போட அதே ரூல் தானா?'

'Suffix-னு கேள்விப்பட்டிருக்கீங்க... இல்லையா? தமிழ்ல பின் ஒட்டு விகுதி-னு சொல்வோம். ly, - ful இதெல்லாம் Suffix தான். இதுங்க வந்தா more, most போடணும். மத்த ரூல் எல்லாம் adjective க்கு போடற மாதிரிதான். கோமு! உடனே good - gooder - goodest - னு சொல்லிடாதே!' என்று அவளைக் கலாய்த்த மேம், 'நீங்க irregular comparisons பத்தித் தெரிஞ்சுக்கறது நல்லது' என்றபடி போர்டில் எழுதிப் போட்டார். (கீழே பெட்டியில்...)

'கோமு! உன்னோட ஃபேவரிட்டான கம்பேர் பண்ற பாடம் ஆரம்பமாகுது... நாம கம்பேர் பண்றது எத்தனை பேர்... அது எத்தனை வகைங்கிறது ரொம்ப முக்கியம். ரெண்டே பேர் அல்லது ரெண்டே வகைன்னா அதுக்கு ஒரு மாதிரியாவும், மூணுலருந்து அதிகமா போனா அதுக்கு வேற மாதிரியாவும் ஒப்பிடணும்.' என்ற மேம் தொடர்ந்தார்.

'உங்க ரெண்டு பேரையும் எடுத்துக்குவோம். எங்கே எழுந்து நில்லுங்க...' என்று மேம் சொல்ல, கோமதியும் வித்யாவும் எழுந்து நிற்க, 'கோமதியைவிட வித்யாதான் உயரம். ரெண்டே பேர்தான். இல்லையா? அதனால, ஒப்பிடறப்ப positive, comparative degrees மட்டும்தான் உபயோகிக்கணும். Superlative வராது. Vidhya is taller than Gomu. Gomu is not so tall as Vidhya.' என்ற மேம், 'சரி... இப்ப நானும் எழுந்து உங்க பக்கத்துல நிக்கறேன். மூணு பேர் ஆயிட்டோம்... இல்லையா? மூணு டிகிரியிலயும் சொல்லலாம். Vidhya is the tallest among us.'

'ஆன்ட்டி... கம்பேர் பண்றதுல ரெண்டு வகைனு சொன்னீங்களே... அது என்ன?'

'அதாவது, boys and girls மாதிரி. அவங்க ஆயிரக்கணக்கா... லட்சக்கணக்கா கூட இருக்கலாம். Girls are Smarter than boys. Boys are not so smart as girls.'

'ஆன்ட்டி... நல்ல வேளை... boys யாரும் இங்கே இல்லை. கோவிச்சுக்கப் போறாங்க...'

‘அவங்க நடுவுல இப்படி சொல்வேனா... Girls are as smart as boys-னு சொல்லிடுவேன். ஃபிஃப்டி - ஃபிஃப்டி. சமமா ஆயிடறாங்க...’ என்று சிரித்த மேம், ‘சில பேர் ஒரே மாதிரி... equal-ஆ இருப்பாங்க இல்லையா? அதை எப்படி ஒப்பிடணும்னு அடுத்த க்ளாஸ்ல சொல்றேன்...’ என்று முடித்தார்.

நுனி நாக்கு ஆங்கிலம் பேசலாமா?

s-என்று முடியும் வார்த்தைகள்... (பகுதி 1)

Wants, calls, caps, pens-இந்த வார்த்தைகளை எப்படி உச்சரிப்பீங்க?

s-னு முடியற வார்த்தைகளைக் கொஞ்சம் வித்தியாசமா உச்சரிக்கணும் வார்த்தைகள் s-னு முடிந்தால், அதற்கு முன்னாடி எழுத்து p, t, k, f இருக்குதானு பார்க்கணும்.

அப்போது s-ஐ s-னுதான் உச்சரிக்கணும்

Wants wants

Caps caps

s-க்கு முன்னாடி எழுத்துகள்

b,d,g,l,m,n,r,v,y வந்தால் s-ஐ z-னு உச்சரிக்கணும்

Calls callz

Pens penz

சொல்லிப் பாருங்க... She kills two rats, Dogs are pet animals, Traders sell books

Irregular Comparisons

Positive	Comparative	Superlative
Good well	better	best
bad ill	Worse	Worst
little (amount)	less	least
little (size)	Smaller	Smallest
late (time)	later	latest
late (order)	latter	last
old (people + things)	older	oldest
old (people)	elder	eldest
many much	more	most

21

It's me தகராறு!

'கிரிக்கெட்ல டெண்டுல்கரும் விளாசித் தள்றார். லாராவும் அடிச்சு நொறுக்கறார். இன்னும் கோஹ்லி, அஸ்வின்லாம்கூட பிரமாதமா ஆடறாங்க... இவங்களை ஈக்வலா எப்படி superlative-ல ஒப்பிடலாம் மேம்?' என்று போன வகுப்பை ஞாபகத்தில் வைத்து தொடர்ந்தாள் வித்யா.

'வித்யா! superlative-ல the best, the cleverest-னு சொன்னா ஒருத்தரைத்தான் குறிக்கும். நாலைஞ்சு பேர் சமமா இப்படி இருந்தா one of the best, one of the strongest-னு ஒப்பிட்டுச் சொல்லணும்.'

'ஆன்ட்டி! நான் சொல்லட்டுமா? Tendulkar is one of the best batsman of cricket. சரியா?' என்றாள் கோமதி.

'ரெண்டு தப்பு பண்ணியிருக்கே கோமு! one of the + superlative யூஸ் பண்றப்ப plural தான் வரணும். one of the best batsmen... one of the strongest animals... இப்படி plural போட்டு சொல்லணும். அதுக்கப்புறம் in cricket-னு வரணும். of எப்ப வரும்னா period of time பத்தி சொல்றப்பதான் அது வரும்.'

'The lion is one of the strongest animals in the forest' என்று மற்றொரு உதாரணத்தைப் சொன்னாள் வித்யா.

'குட். ஏன்னா காட்டுல சிங்கம் மாதிரி வேறு சில மிருகங்களும் ஸ்ட்ராங்கா இருக்கு...' என்ற மேம், தொடர்ந்து இன்னும் ஒரு உதாரணமும் சொன்னார்.

‘ரீட்டாவோட உயரம் 160 செ.மீ. கீதாவோட உயரமும் 160 செ.மீ. அப்படீன்னா Rita is one of the tallest girls in the class.

Period of time-க்கு ஒரு உதாரணம் தர்றேன். When was the longest day of the year? What was the most interesting day of your life?’

‘June 21 is the longest day of year’ என்றாள் வித்யா.

‘வித்யா! பொது அறிவுல நீ எப்பவும் கெட்டிக்காரிதான். அப்புறம் உங்களுக் கெல்லாம் தெரியுமா? The வந்து Superlative-க்கு முன்னால மட்டுமில்ல Comparative degree-க்குக்கூட வர்ற சமாசாரம்!’ என்று கேட்டு அவர்களுடைய ஆவலைத் தூண்டிவிட்டார் மேம்.

‘சொல்லுங்க ஆன்ட்டி… தெரிஞ்சுக்கறோம்.’

"Parallel increase-னு அதைச் சொல்வாங்க.’

‘ஆன்ட்டி… நாம அதிகமா போன்ல பேசினா பில்லும் அதிகமாயிடும்… இதுதானே Parallel increase!’

‘சூப்பர்ப்… உதாரணத்தோட வெளுத்து வாங்கறே கோமு!’ என்று கோமதியை மேம் பாராட்டியதும், வித்யாவும் தன் பங்குக்கு, ‘சீக்கிரமா கிளம்பிப் போனா, முன்னாடியே ஒரு இடத்துக்குப் போய் சேர்ந்துடலாம்!’ என்று சொன்னாள். ‘வெரிகுட். இந்த ரெண்டு உதாரணத்தையும் நாம இங்கிலீஷ்ல இப்படி சொல்லலாம்… The more calls you make, the higher your telephone bill will be. The sooner you start, the earlier you will reach the place’ என்ற மேம் தொடர்ந்தார்.

‘நான் ஒரு சிச்சுவேஷன் சொல்றேன். அதுக்கு the… the… னு comparative-ல நீங்க உதாரணம் சொல்லணும்’ என்று மேம் சொன்னதும் சிஷ்யைகள் இருவரும் வாக்கியங்களை முயற்சிக்கத் தயாரானார்கள்.

‘I hate hot climate’ என்றார் மேம். வித்யா யோசித்து விட்டுச் சொன்னாள். ‘The hotter the climate, the more I drink water.’

‘வெரிகுட். கோமு, உனக்கான சிச்சுவேஷன் இதோ… I don’t like ads on the T.V.’

‘The more ads I saw on the T.V., the less I liked them.’

‘வெரிகுட். அப்புறம் gradual increase-னு ஒண்ணு இருக்கு… அதாவது படிப்படியா அதிகமாறது. ‘இப்பல்லாம் ஒருத்தி ரொம்ப எச்சரிக்கையா நடந்துக்கறா’ங்கிறதை ‘She is becoming more and more alert these days'-னு சொல்லலாம். அதாவது ரெண்டு தடவை comparative-ல சொல்லணும்.'

உடனே, 'Petrol is getting costlier and costlier' என்று வித்யா சொல்ல, அதை ரசித்த மேம், கோமு பக்கம் திரும்பி, 'நீ யூஷ்வலா பத்தரை மணிக்குத்தான் தூங்கப் போவே... நேத்து ஒன்பது மணிக்கே உன் டி.வி. சத்தம் நின்னு போச்சே கோமு!' என்றார்.

'Yes, aunty. I went to bed earlier than usual' என்று comparative degree-யில் பதில் அளித்த கோமதியை வெகுவாகப் பாராட்டினார் மேம்.

'மேம்... as... as... னு எப்ப சொல்லணும்?' என்று கேட்டாள் வித்யா.

'ஆக்ஷன் பத்தி சொல்றப்ப இந்த as... as... உபயோகிக்கலாம். Singing a song is not as easy as speaking a dialogue. Girls! I want to finish this class as soon as possible. உங்க சந்தேகங்களை சீக்கிரமா கேளுங்க' என்றார் மேம்.

'மேம்... என் ஃபிரண்ட் ஒருத்திகிட்ட 'You are taller than me'-னு சொன்னேன். அவ சொல்றா... 'You are taller than I'-னுதான் சொல்லணுமாம்!'

'என்ன... அவ இங்கிலீஷ் வாத்தியார் பொண்ணா?'

'ஆமா, மேம்...' என்றாள் வித்யா வியப்புடன்.

'வித்யா! இதை 'It's me தகராறு'னு இங்கிலீஷ்ல சொல்வாங்க.'

'ஆன்ட்டி... எனக்கு இங்கிலீஷே தகராறு. இதுல 'It's me தகராறு' வேற இருக்கா?' என்று நடுவில் ஜோக்'கடி'த்தாள் கோமு.

அதை ஒரு சிரிப்புடன் அங்கீகரித்த மேம் வித்யாவிடம், 'உன் ஃப்ரெண்ட் சொல்றதுதான் சரியான இங்கிலீஷ் வித்யா... ஆனா நடைமுறையில அது இல்ல. யாராவது நம்ம வீட்டுக் கதவைத் தட்டறப்ப 'Who is that?'-னு கேக்கறோம். 'It's me'-னு தான் நூறு பர்சன்ட் ஆளுங்க சொல்வாங்க. ஆனா It's I - தான் கிராமர்படி கரெக்ட்.'

'அப்ப எந்த மாதிரி பேசறது சரி?'

'இங்கிலீஷ் கிராமர்ல ஒரு சவுகரியம் இருக்கு. அது என்னன்னா... தலைமுறை தலைமுறையா எது உபயோகத்துல இருக்கோ அதை எல்லாரும் அங்கீகரிக்கணும்னு ஏற்படுத்தி இருக்காங்க. அதன்படி taller than me-னு சொல்றது சரியானதுதான்.'

‘ஆன்ட்டி! எனக்கென்னமோ taller than I-ஐ விட taller than me-தான் காதுக்குக் கேட்க இங்கிலீஷ் மாதிரி இருக்கு!’

‘ஓஹோ! அந்த ஃபீலிங் கூட உனக்கு வந்தாச்சா? நல்லா முன்னேறிட்டே. இதே மாதிரிதான் taller than she is-ஐ விட taller than her கேக்கறதுக்கு நல்லாயிருக்கும். taller than they are-ஐ விட taller than them நல்லா இருக்கும்.’ என்று மேம் சொல்ல,

‘ஹையா! அப்படீன்னா, நாளைக்கே நான் போய் ‘You are taller than I’-னுதான் சொல்லணும்னு என்கிட்ட வம்பு பண்ணின என் ஃப்ரெண்ட்-ஐ உண்டு இல்லைனு ஆக்கறேன்...’ என்றபடி உற்சாகமாக எழுந்தாள் வித்யா.

நுனி நாக்கு ஆங்கிலம் பேசலாமா? s என்று முடியும் வார்த்தைகள்... (பகுதி 2)

goes, close, because, rose

இவற்றை goz, cloz, becauz, roz-னு உச்சரிக்கணும். ஏன்னா s-னு முடியற ஒலிக்கு முன்னால vowel sound வருது.

அப்புறம் es-னு முடியற வார்த்தைகள்...

catches, closes, roses, brushes

இவற்றை கேச்சிஸ், க்ளோஸிஸ், ரோஸிஸ், ப்ரஷிஸ்-னு iz sound வர்ற மாதிரி உச்சரிக்கணும்.

ஏன்னா es-க்கு முன்னால வர்ற சவுண்டு z, ch, sh-னு இருக்கு.

சொல்லிப் பாருங்க...

She goes quickly because the shop closes at 9

Watches are costlier than roses.

22

U எல்லாம் Vowel ஆகாது!.

உஷா மேம் மாடி போர்ஷனில் எட்டிப் பார்த்த போது, ஷிவானிக்குத் தமிழ் கற்றுக் கொடுத்துக் கொண்டிருந்தாள் கோமதி.

'வாங்க ஆன்ட்டி... ஷிவ்வுக்கு உ, ஊ-வே சரியா வர மாட்டேங்குது. யு... யூ-னு சொல்றா...' என்ற கோமதியின் கம்ப்ளெயின்டைக் கேட்டு மேமுக்கு சிரிப்புதான் வந்தது.

'கோமு! இந்த உ, யு குழப்பம் இங்கிலீஷ்லகூட இருக்கு!' என்று மேம் சொல்லவும், 'கொஞ்சம் இருங்க ஆன்ட்டி... வித்யாவுக்கு ஒரு 'மிஸ்டு கால்' குடுத்துடறேன்!' என்று கோமதி தர, பதில் 'மிஸ்டு காலு'ம் வந்து விட, அடுத்த பத்தாவது நிமிஷம் வித்யாவும் ஆஜர்!

'வித்யா! ஆன்ட்டி இன்னிக்கி உ,யு குழப்பம் பத்தி சொல்லப் போறாங்க.'

'கோமு! அந்தக் குழப்பம் தீரனும்னா நீங்க nouns பத்தி நல்லா தெரிஞ்சிக்கணும்... அப்புறம்தான் அது தெளிவாகும்' என்ற மேம், வித்யாவிடம், 'வித்யா! nouns-ல முக்கியமா ரெண்டு வகை இருக்கு. உனக்குத் தெரிஞ்சா சொல்லேன்' என்றார்.

'மேம்... Proper noun, Common noun-னு ரெண்டு வகை இருக்கு. Common noun பிரிஞ்சி collective noun, abstract noun-னு வரும்.'

'வெரிகுட். Proper noun எப்பவுமே Capital letters-ல ஆரம்பிக்கும்.

- Nalini, Salma, Josephine (persons)
- Chennai, Newyork (places)
- the Cauveri, the Nile (rivers)
- the Everest, the Alps (mountains).

அப்புறம், பொதுப் பெயர்கள் boy, city, tree, table... இப்படி Common noun-ஆ வரும். abstract noun-ங்கிறது புரிஞ்சிக்க முடியும், ஆனா, அதை விவரிக்க முடியாது. உதாரணமா, sugar எப்படி இருக்கும்னு தெரியும். அதனோட sweetness-ஐ உணரத்தான் முடியும். விவரிக்க முடியாது. music, happiness, childhood, judgement இந்த வார்த்தைகள் எல்லாம் abstract noun-தான்.'

'ஆன்ட்டி! nouns இல்லாம நம்மால பேச முடியாது போலிருக்கே...'

'கரெக்ட். A noun is a word to name or identify things, people, places or ideas. நீங்க countable noun, uncountable noun பத்தியும் தெரிஞ்சுக்கணும்.'

மேம் தொடர்ந்தார்...

'tree, table... இதெல்லாம் countable nouns. ஏன்னா two trees, five tables-னு எண்ணிக் கையில சொல்ல முடியும். ஆனா, milk, water ரெண்டும் uncountable nouns. அவற்றை எண்ண முடியாது. two milks, five waters-னு சொல்ல முடியாது.'

'மேம்... collective noun எப்படி இருக்கும்?'

'நல்ல கேள்வி கேட்டே வித்யா... family, army, team, group... இதெல்லாம் collective nouns. நாலைஞ்சு சாமான்கள் சேர்ந்தா அதை furniture-னு சொல்றோம். அதுவும் collective noun-தான். நிறைய கருவிகள் சேர்ந்தா அதை equipment-னு சொல்றோம். இந்த ரெண்டுக்கும் பன்மையில s சேர்க்கக்கூடாது. அதாவது furnitures, equipments-னு சொல்லக்கூடாது.'

'ஆன்ட்டி... இந்த உ,யு குழப்பம் பத்தி...' என்று இழுத்தாள் கோமதி.

'விட மாட்டியே! சொல்றேன்... சொல்றேன்... வித்யா! Vowels எவைனு சொல்லேன்...'

'நானே சொல்றேன் ஆன்ட்டி... a, e, i, o, u.'

'நிறைய பேர் இப்படித்தான் சொல்வாங்க. ஆனா, 'யு' வந்து Vowel கிடையாது!' என்று ஒரே போடாய் போட்ட மேமை இருவரும் திகைப்புடன் பார்த்தனர்.

'மேம்... யாரைக் கேட்டாலும் Vowel-னா a, e, i, o, u தானே சொல்றாங்க...' என்று வித்யாவும் சொல்ல, 'நாமெல்லாரும் Vowel ஐ எழுத்தா பார்த்துத்தான் பழகி இருக்கோம். அதை எப்பவும் sound-ஆதான் பார்க்கணும். ஏன்னா, உன் கண்ணே உன்னை ஏமாற்றும்!' என்ற மேம் தொடர்ந்தார்.

'Vowels லிஸ்டுல யு-வை சொல்லக்கூடாது. ஏன்னா, 'யு' வந்து உயிர்மெய் எழுத்து...'

'மேம்! it's an umbrella-னு சொல்றோம். அப்ப 'u' வருதே' என்று இன்னும் தன் சந்தேகம் தீரவில்லை என்பதுபோல் முகத்தை வைத்துக் கொண்டாள் வித்யா.

'நீ சொன்ன umbrella-வில 'u' வந்து 'அ'-னுதானே உச்சரிக்கப்படுது? 'அ' ஒரு Vowel வித்யா! இங்கிலீஷ்ல articles-னு எதைச் சொல்றோம்?'

'a,an, the-னு படிச்சிருக்கேன் மேம்.'

'குட். the பத்தி அடுத்த கிளாஸ்ல சொல்றேன். இப்ப a, an ரெண்டையும் எப்படி noun-க்கு முன்னாடி போடணும்ங்கிறதைப் பத்தி தெரிஞ்சிக்கலாம்.'

'a, an ரெண்டும் Singular noun-க்கு முன்னாடி போடணும், மேம்.'

'இன்னும் specific-ஆ சொல்லு.'

'இந்த an வந்து Vowel-ல ஆரம்பமாகிற noun முன்னாடி போடணும்.'

'கோமு! வித்யா சொன்னதை உதாரணங்களோட சொல்ல முடியுமா?'

'an ant, an orange, an elephant.'

'குட்...' என்று சொல்லிவிட்டு, வித்யாவின் நோட்டை வாங்கி மடமடவென்று எழுத ஆரம்பித்தார் மேம்.

அதில் - urgent work, useful tip, hour, horse, honest, European என்ற வார்த்தைகளை எழுதிவிட்டு, 'இந்த வார்த்தைகளுக்கு a, an அல்லது போட்டு வாக்கியங்களை எழுதுங்க...' என்று அவர்களைப் பணித்தார்.

கோமதியும் வித்யாவும் அந்த கிளாஸ் வொர்க்கைச் செய்தனர். அவற்றுக்கு மேம் சொன்ன விடைகள்...

- It's an urgent work.
- It's a useful tip.
- I will come in an hour.
- It's a horse.
- She is an honest women
- He is a European.

மேம் தொடர்ந்தார்...

'நான் கொடுத்த வார்த்தைகள்ல சிலதுக்கு முன்னால a வருது. சிலதுக்கு முன்னால an வருது. இதைத்தான் 'உன் கண்ணே உன்னை ஏமாற்றும்'னு சொன்னேன். Sound-ஐ பார்த்துத்தான் a அல்லது an போடணும். hour-ங்கிறதை 'ஹவர்'னு சொல்லக்கூடாது. 'அவர்'-னு தான் சொல்லணும். அதனால, h வந்து கூட a போடாம an போடறோம். அதே மாதிரி, 'ஹானஸ்ட்' இல்ல. அது 'ஆனஸ்ட்'. யுரோபியன், யூஸ்ஃபுல் ரெண்டும் 'யு' சவுண்டுல ஆரம்பிக்குது. ஆக, vowels sound-தான் முக்கியம். Vowels letters-ஐ பார்க்காதீங்க.'

'மேம் honest, urgent, useful இதெல்லாம் adjective தானே?'

'ஆமா வித்யா! adjective பக்கத்துல noun வருது இல்லையா? அதனால அதுக்கும் a அல்லது an போடணும். அடுத்த கிளாஸ்ல the-ங்கிற article-ஐ பார்க்கலாம். bye.'

....

நுனி நாக்கு ஆங்கிலம் பேசலாமா?

ed என்று முடியும் வார்த்தைகள்...

d அல்லது ed என்று முடியும் வெர்ப்களை உச்சரிக்கிறதுல மூணு விதம் இருக்கு.

1. p, k, s, ch, sh, f என முடியும் வெர்ப்களோடு ed சேரும் போது... அதை ட் (t)-னு உச்சரிக்கணும்.

(உ-ம்) passed - past

kicked - kikt

tipped - tipt

2. b, g, l, m, n, r, v, z என முடியும் வெர்ப்களோடு ed சேர்ந்தா... அதுக்கான உச்சரிப்பு - ட்(d).

(உ-ம்) called - kald

rubbed - rubd

turned - turnd

3. t, d என முடியும் வெர்ப்களோடு ed சேந்தா... அதை இட் (id) சவுண்டுல உச்சரிக்கணும்.

(உ-ம்) directed - directid

rounded - roundid

நீங்க சொல்லிப் பார்க்க...

She invited me with folded hands.

She picked and dropped the ball.

23

'The'-க்குள் இத்தனை விஷயங்களா!

'இந்த வாரத்துக்கான காய்கறி வாங்க மார்க்கெட்டுக்குப் போகலாம்... வர்றியா கோமு?' என்று கேட்டார் உஷா மேம்.

'Aunty! I'm ready to come to the market' என்று உற்சாகமாகச் சொன்னாள் கோமதி.

'I'm also ready to join you both' என்றபடி வாசலில் நின்றாள் வித்யா.

'வா, வித்யா! கோமு மார்க்கெட்டுக்கு வருவாளாம்... ஆனா, காய்கறி வாங்க மாட்டாளாம்!' என்று கேலி செய்த மேமிடம், 'நான்தான் ரெடினு சொன்னேனே ஆன்ட்டி!' என்று சிணுங்கினாள் கோமதி.

'to the market-னுதானே சொன்னே... அப்படீன்னா நீ சும்மா வர்றேனு அர்த்தம். to market-னாதான் 'காய்கறி வாங்க'னு அர்த்தம். the-ஐ சரியா யூஸ் பண்ணணும். தெரிஞ்சுதா?'

'நானும் அதைப் பத்தித் தெரிஞ்சுக்கணும் மேம்' என்றாள் வித்யாவும்.

'சரி. இன்னிய பாடத்தை இதை வச்சே ஆரம்பிச்சுடலாம்' என்ற மேம், 'கோமு! நீ ஷிவானி படிக்கற ஸ்கூலுக்கு ஒரு நாளைக்கு ரெண்டு தரம் போறே.. அதாவது, அவளைக் கொண்டுபோய் விடறதுக்கும், திரும்ப அழைச்சிட்டு வர்றதுக்கும்! நீ ஸ்கூலுக்குப் படிக்கப் போகல. அதனால, 'I'm going to the school two times daily'னு சொல்லணும். ஆனா, ஷிவானி 'I'm going to school'-னு சொல்லணும். அதாவது 'the' ஐ விட்டுட்டு... ஏன்னா, அவ படிக்கப் போறா...'

‘ஆன்ட்டி... நாளைக்கு நான் கோயிலுக்குப் போறேன். I'm going to temple tomorrow. இது சரியா?’

‘கரெக்ட். நீ சாமி கும்பிடப் போறே... அதனால to temple-ங்கிறது சரி. ஆனா, கோயில்ல இருக்கிற சிற்பத்தை ரசிக்கப் போறேனு வச்சுக்க... I'm going to the temple-னு தான் சொல்லணும். நான் காலேஜுக்கு தினமும் போறேன். அதை to college-னுதான் சொல்லணும்.’

‘T.C வாங்க காலேஜுக்குப் போனா going to the college-னு சொல்லணும். இல்லையா மேம்?’

‘ஆமா... அப்புறம் the-ஐ உச்சரிக்கிறதுல ரெண்டு வகை இருக்கு...’ என்று மேம் சொன்னதும் இருவரும், ‘அப்படியா!’ என்றபடி அவரைப் பார்த்தனர்.

‘ஆமா... the-ஐ ‘தி’-னு ஒரு வகையாகவும், ‘த’-னு மற்றொரு வகையாகவும் உச்சரிக்கணும்’ என்றபடி போர்டில் இரண்டு வாக்கியங்களை மேம் எழுதினார்.

1. She is taking the umbrella.
2. She is opening the door.

‘முதலாவது வாக்கியத்துல வர்ற ‘the’-ஐ ‘தி’-னு உச்சரிக்கணும்.

ஏன்னா, அதுக்கு அடுத்து வர்ற வார்த்தை vowel sound-ல ஆரம்பிக்குது. ‘தி அம்ப்ரலா’-னு சொல்லணும். ரெண்டாவதுல the-க்கு அடுத்த வார்த்தை மெய்எழுத்துல ஆரம்பிக்கிறதால அதை ‘த டோர்’-னு சொல்லணும்.’

மேம் எழுதிப் போட்டார்... the elephant, the horse, the cinema, the honest man. பிறகு இருவரிடமும், ‘இந்த வார்த்தைகளுக்கு ‘தி’ அல்லது ‘த’ சொல்லுங்க’ என்றார்.

‘நான் சொல்றேன் ஆன்ட்டி... தி எலிபன்ட், த ஹார்ஸ், த சினிமா, தி ஆனஸ்ட் மேன்.’

‘வெரி நைஸ் டு ஹியர் யூ... டி.வி-ல இங்கிலீஷ் நியூஸ் படிக்கறவங்க இதை சரியா யூஸ் பண்றாங்களானு கவனியுங்க... சுவாரஸ்யமா இருக்கும்!’

‘மேம்! இங்கிலீஷ் உச்சரிப்புல தெரிஞ்சுக்க இன்னும் மேட்டர் இருக்கா?’ என்று கேட்டாள் வித்யா.

‘இருக்கு வித்யா. stress-னு கேள்விப்பட்டிருக்கீங்களா?’

‘இல்ல ஆன்ட்டி...’

‘நாம இங்கிலீஷ் வார்த்தைகளை சாதாரணமா உச்சரிக்கக் கூடாது. அங்கங்கே சிலபிள்ஸ் மேல stress - அதாவது அழுத்தம் கொடுத்துப் பேசணும். ரெண்டு வகையான stress இருக்கு. ஒண்ணு word stress. இன்னொண்ணு sentence stress.’ *(பெட்டியில் பார்க்கவும்.)*

மேம் தொடர்ந்தார்... ‘நாம இதுவரை பொதுவான க்ராமரை ஓரளவுக்குக் கத்துக்கிட் டோம். இனிமே சிச்சுவேஷனுக்கு தகுந்தாப்ல எப்படி டயலாக் பேசறதுனு பார்க்கலாம்... கோமு! மொதல்ல உன் தேவை என்ன... சொல்லு.’

‘ஆன்ட்டி... தி.நகர்ல ஒரு நார்த் இண்டியன் லேடி புதுசா கடை திறந்திருக்காங்களாம்... அவங்க கடையில போய் இங்கிலீஷ்ல பேசி துணி வாங்கணும். அதுதான் என் தேவை இப்ப!’ என்றாள் கோமதி.

‘வெரிகுட். நாம கடைக்குள்ள நுழைஞ்ச துமே அந்த லேடி என்ன கேப்பாங்க?’ என்று மேம் கேட்க, இருவரும் சொன்னவை...

‘Can I help you?’

‘What can I do for you?’

‘சரி. அவங்ககிட்ட நம்ம தேவை பத்தி சொல்லணும். இல்லையா? அதுக்கு ‘I would like to’-ங்கிற வாக்கிய அமைப்பு கை கொடுக்கும். இதை சுருக்கமா I’d like *(‘ஐ’ட் லைக்’)* னு பேசணும்.’

‘I’d like to buy a churidar set’ என்று வித்யா சொல்ல, ‘I’d like to see new saree varieties’ என்றாள் கோமதி.

‘நல்லது. Show me some varieties-னும் கேக்கலாம். அப்புறம் I’m afraid-னு யூஸ் பண்ணி ஜென்டிலா மறுக்கிற வாக்கியம் உங்களுக்கு பயன்படும்.’

‘காண்பிக்கிற கலர் நமக்குப் பிடிக்கலைன்னா அப்படி பேசணுமா ஆன்ட்டி?’

‘I’m afraid-னா அதுக்கு பல அர்த்தங்கள் இருக்கு. சரிப்பட்டு வரலை, தோணலை, இல்லைனு நினைக்கிறேன்... இப்படி பலவிதமா வரும். உதாரணத்துக்கு, ‘Do you have coconut oil?’, ‘I’m afraid not!’, ‘I can’t see you next week, I’m afraid’

வித்யா சொன்னாள். 'I'm afraid this size won't suit me. Show me another piece.'

'வித்யா! வெறுமனே சொல்லாதே. ஆன்ட்டி I'm afraid-னு சொல்றப்ப தோளைக் குலுக்கி சொன்னாங்க. அதுமாதிரி பேசு!' என்று கோமதி கமென்ட் அடிக்க, அங்கே சிரிப்பலை...

'I'm afraid I won't like this colour' என்றாள் கோமதி, தோளைக் குலுக்கியவாறு.

'சரி மேம்... வாங்கின துணியை return பண்றப்ப எப்படி பேசணும்?'

கோமதி முந்திக்கொண்டு, 'I would like to return the saree. Give me money back...' என்றாள்.

'சேச்சே... அந்த மாதிரி நேரடியா கோதாவுல இறங்கிடக் கூடாது. Polite ஆ பேசணும். The saree is nice but I'm afraid the colour would fade away. Could you give me the money back, please? - இப்படி கேக்கலாம்...'

'I would like to exchange the piece. The problem is with the size...' என்று வித்யா சொன்னதும், 'வெரிகுட்... அப்படித்தான் பேசணும்...' என்று அவளை பாராட்டினார் மேம்.

....

நுனி நாக்கு ஆங்கிலம் பேசலாமா? Word Stress (வார்த்தை அழுத்தம்)

டிக்ஷனரியை பார்த்திருக்கீங்களா? அதில் வார்த்தையின் மேல் என்ற அழுத்தக் குறி சில எழுத்துக்கள் மேல் காணப்படும். அதாவது அந்த சிலபிளை (syllable) அழுத்தமா உச்சரிக்கணும்னு அதுக்கு அர்த்தம்.

(உ.ம்.) 'table' டெய்ப்ள்

be 'lieve பி'லீவ்

employ' ee எம்ப்ளா'யீ

exami 'nation இக்ஸாமி'னெய் ஷன்

சிறிய எழுத்துக்களில் உள்ள சிலபிள்களை மெதுவாக உச்சரித்துவிட்டு, அழுத்தக்குறி இருக்கும் பெரிய எழுத்து சிலபிள்களை அதிக அழுத்தத்தோடு உச்சரிக்கணும்.

குறியைப் பார்த்துட்டு சொல்லிப் பாருங்க...

'author appli'cation confi'dential
a'broad be'come re'cord.

....

24

இது 'itself' விவகாரம்!

கோமதி எதையோ தேடிக் கொண்டிருந்ததைப் பார்த்துவிட்டு ஷிவானி, 'என்னம்மா தேடறே?' என்று மழலையில் கேட்டாள்.

'பெரிய ஸ்பூனை எங்கே வச்சேன்?'

'அதுவா... I itself put in fridge' என்றாள் ஷிவானி.

மகள் பேசிய இங்கிலீஷைக் கேட்ட கோமதி 'I itself-னு வருமா? இன்னிய க்ளாஸில் ஆன்ட்டியிடம் கேட்டுட வேண்டியதுதான்...' என்று நினைத்தபடி நகர்ந்தாள்.

அன்று மாலை மூவர் அணி கூடியபோது, எடுத்த எடுப்பிலேயே ஷிவானியின் 'itself' விவகாரத்தை எழுப்பிவிட்டாள் கோமதி.

உஷா மேமும், 'ஸ்கூல்ல மிஸ்ஸுங்க கதை சொல்றப்ப the lion itself, the dog itself-னு யூஸ் பண்றாங்க... அதைப் பார்த்துட்டு நிறையக் குழந்தைகள் இப்படித்தான் பேசறாங்க, கோமு...' என்று விளக்கம் சொல்லவும், 'அப்படீன்னா எது கரெக்ட் usage மேம்?' என்றாள் வித்யா.

'ஐ வந்தா myself தான் சரி' என்ற மேம், 'இப்படி myself, yourself, himself, herself, yourselves, ourselves, themselves-னு வர்றதுக்கு Reflexive pronouns-னு பேரு. சில பேர் இதை தமாஷா 'self'ish pronouns-னு சொல்வாங்க. இது எப்பவுமே object-லதான் வரும்!' என்ற மேம் தொடர்ந்தார்...

'subject *(எழுவாய்)*, object *(செயப்படுபொருள்)* ரெண்டும் ஒருத்தரையே குறிக்கிற ஆக்ஷன் வர்றப்ப இதை யூஸ் பண்ணனும். உதாரணத்துக்கு, 'I cut myself'. 'வேற யாரும் கட் பண்ணல. நானே பண்ணிக்கிட்டேன்'னு அதுக்கு அர்த்தம்.'

'அதாவது மேம்... நானே, நான்தான்; அவளே, அவள்தான்; தானே, தானேதான்-னு சொல்றப்ப வரும் இல்லையா?'

'கரெக்ட். உதாரணத்துக்கு, Don't cook for me. I cook myself. அதேமாதிரி, Sita went to an exhibition. She enjoyed it herself. 'தானே enjoy பண்ணிக்கிட்டா'-னு ஒரு அழுத்தம் குடுத்து பேசறப்ப, self யூஸ் பண்ணனும்.'

'என்ன அக்கா! ஏதோ ஞாபகமாக இருக்கீங்க?' என்று கோமதியை லேசாக இடித்தாள் வித்யா.

'நாளைக்கு ஷிவானியோட பர்த்டே வித்யா... அதை பத்திதான் யோசிச்சிக்கிட்டு இருக்கேன். நீங்க ரெண்டு பேரும் வந்துடுங்க.'

'இந்த வருஷம் எந்த பார்லர்ல போய் என்ன அலங்காரம் பண்ணிக்கப் போறே?'

'இந்த வருஷம் நானேதான் ஃபேஷியல் பண்ணிக்கிட்டு...' என்று வெட்கப்பட்ட கோமதி, 'I want to do facial myself' என்றாள்.

'வெரிகுட். But you can't do threading *(முகத்திலுள்ள ரோமங்களை நீக்குதல்)* yourself. அது கொஞ்சம் கஷ்டம்.'

'ஆமா, ஆன்ட்டி... அதுக்கு பியூட்டி பார்லருக்குப் போகணும். எனக்கு நேரமில்ல. My mother-in-law and myself must arrange everything.'

'வித்யா! இப்ப கோமு பேசினதுல ஒரு கரெக்ஷன் இருக்கு. அது எதுனு சொல்ல முடியுமா?' என்று மேம் திடீரெனக் கேட்க, வித்யா தடுமாற, மேம் தொடர்ந்தார்...

'கோமு! இந்த reflexive pronouns-ஐ object-லதான் உபயோகப் படுத்தணும். நீ myself -னு அதை subject-ல உபயோகப்படுத்திட்டே My mother-in-law and I-னு சொல்லியிருக்கணும்'

'They have to arrange everything themselves...' என்றாள் வித்யா. 'குட். இந்த reflexive pronouns எப்ப subject-ல வரும் தெரியுமா? short-ஆ answer பண்றப்ப வரும். உதாரணத்துக்கு, 'Who went to temple?',

'Shivani and myself' என்ற மேம், போர்டில் சில வாக்கியங்களை எழுதிப் போட்டார்.

1.Rani and Vani looked at themselves in the mirror.

2. Rani and Vani looked at each other.

'இந்த ரெண்டு வாக்கியங்களையும் கவனிச்சுட்டு விளக்கம் சொல்லுங்க.'

வித்யா சொன்னாள். 'முதல் வாக்கியத்துல at themselves-னு reflexive pronoun வருது... 'தங்களைத் தாங்களே பார்த்துக் கொண்டார்கள்'. ரெண்டாவதுல, 'ஒருத்தரை ஒருத்தர் பார்த்துக்கிட்டாங்க'...'

'வெரிகுட்! ரெண்டாவது வாக்கியத்துல வர்ற each other-ங்கிறது. reciprocal pronoun. They looked at each other. இதுக்கும், They looked at themselves-க்கும் அர்த்தம் வித்தியாசப்படுது, இல்லையா?' என்ற மேம், 'சரி... இன்னிய dialogue session-ஆ எந்த டாபிக் வச்சுக்கலாம்?' என்றார்.

'ஆன்ட்டி... என் மாமியாரை செக்-அப் பண்ண ஆஸ்பத்திரிக்குப் போகணும். அதனால hospital conversation கத்துக்கலாம்' என்று ஒரு மருத்துவமனையின் பெயரைச் சொன்னாள் கோமதி.

'அது கார்ப்பொரேட் ஹாஸ்பிடல் ஆச்சே.. எல்லாம் சிஸ்டமேடிக்கா இருக்கும். சரி... அப்பாயின்ட்மென்ட் வாங்கறதுல இருந்து நம்ம டயலாக்கை ஆரம்பிச்சுடுவோம்!'

'டெலிபோன்லயே அப்பாயின்ட் மென்ட் கேட்டுடலாம் இல்லையா மேம்?'

'You got that right' என்றார் மேம். 'அப்படீன்னா?' என்றாள் கோமதி.

'நீ கேட்டது, நீ பண்ணது சரின்னு அர்த்தம். சரி, அப்பாயின்ட்மென்ட் கேக்கற வாக்கியத்தைச் சொல்லுங்க.'

'Can you fix an appointment for me?' என்று கோமதி சொல்ல, 'Will you fix an appointment, please?' என்றாள் வித்யா.

'முதல்ல அவங்ககிட்ட I'm calling to make an appointment-னு சொல்லணும். அந்த மாதிரி ஆஸ்பத்திரியில பேஷன்ட் டுக்கு நம்பர் கொடுத்திருப்பாங்க. கோமு, உன்கிட்ட அது இருக்கா?'

'இப்பதான் முதல் தடவையா போறோம்.'

'அப்ப அவங்ககிட்ட போன்ல I'm first time caller-னு சொல்லிடு. அட்ரஸ் கேட்டு hospital number குடுத்துடுவாங்க. கூடவே, 'டேட்'-ம் சொல்லிடுவாங்க.

‘அவங்க குடுக்கற டேட் சரிப்பட்டு வரலைன்னா?’ என்றாள் கோமதி.

‘I'm sorry. I've work on that date. Will you fix on Wednesday, please?- இப்படி ரிக்வெஸ்ட் பண்ணிக்கலாம்.’

மேம் தொடர்ந்தார்... ‘ஆஸ்பத்திரியில ரெண்டு மூணு நாள் இருந்துட்டு வர்றவங்களை எப்படி நலம் விசாரிப்பீங்க?’

‘How are you feeling?’

‘How is it going?’

‘Did you get a good night's sleep?-னு கேக்கலாம்.

வித்யா சொன்னாள். ‘பேஷன்ட்டை என்கரேஜ் செய்யற மாதிரி You look so good now-னு சொல்லலாம்.’

‘You got that right’ என்று முடித்தாள் கோமதி.

....

நுனி நாக்கு ஆங்கிலம் பேசலாமா? வாக்கிய அழுத்தம் (sentence stress)

வார்த்தை அழுத்தம் (word stress) பத்தி போன வகுப்புல பார்த்தோம். அவற்றை வாக்கியமா பேசறப்பதான் இங்கிலீஷ் கேட்க நல்லாயிருக்கும்.

அழுத்தம் கொடுத்துப் பேச வேண்டிய வார்த்தைகளுக்கு ஒரு லிஸ்ட் இருக்கு. nouns, adjectives, verbs, adverbs ஆகியவற்றை அழுத்தமா உச்சரிக்கணும். Articles, pronouns, prepositions, auxiliary verbs, conjunctions - இவற்றுக்கு stress கிடையாது. சாதாரணமா உச்சரிக்கணும்.

கீழே உள்ள வாக்கியங்களைப் பாருங்க.

என்ற குறி போட்ட வார்த்தைகளைத்தான் அழுத்தமா உச்சரிக்கணும். மற்ற வார்த்தைகளை நுனி நாக்கில் பேசிட்டா போதும்!

1. He ‘comes‘ today in the’ bus.
2. When the ‘tiger’ came, I’ ran away.
3. Are you ‘writing the‘ exam?

....

25

வாக்கியத்துக்கு MPT அழகு!

'**செ**மஸ்டர் எக்ஸாம் எல்லாம் நல்லபடியா முடிஞ்சுதா?' என்று வித்யாவிடம் உஷா மேம் விசாரித்துக் கொண்டிருந்தபோது, காலில் ஷூவுடன் ஓடி வந்தாள் ஷிவானி.

'ஏய்... ஷூவை வீட்டுலயே கழட்டி வைக்கலியா? அப்புறம் உன் புக்ஸை ஒழுங்கா அடுக்கி வச்சியா?' என்று குழந்தையை விரட்டினாள் கோமதி.

'என்ன கோமு! ஆர்டர்லாம் தூள் பறக்குது!'

'ஆன்ட்டி... My sister is coming on Monday to my house. அவ வர்றப்ப வீடு ஒழுங்கா இருந்தாத்தானே...' என்ற கோமதியைப் பார்த்து உஷா மேம் புன்னகைக்கவும், அது புரிந்தவளாக 'ஏன் ஆன்ட்டி, என் இங்கிலீஷ் சரியில்லையா?' என்று கேட்டாள் கோமதி.

'வார்த்தை வரிசைதான் சரியில்லை, கோமு! அந்தக் கால தூர்தர்ஷன்ல இந்தி சீரியலை வார்த்தைகளை மாத்தி மாத்திப் போட்டுத் தமிழ்ப்படுத்துவாங்க... அது மாதிரி இருக்கு!'

'மேம், On Monday my sister is coming to my house -னு சொல்லியிருக்கணும் இல்லையா?' என்றாள் வித்யா.

'Word order-ங்கிறது இங்கிலீஷ்ல ரொம்ப முக்கியம் வித்யா... on Monday-ங்கிறது ஒரு time adverb. அது எப்பவும் கடைசிலதான்

வரணும். My sister is coming to my house on Monday னு சொல்லணும்.'

'இது என்ன ரூல் ஆன்ட்டி?'

'இதுக்கு MPT ரூல்னு பேரு. வாக்கியத்துல உள்ள வார்த்தைகள் MPT வரிசையில வரணும்னு ஒரு விதி.'

'MPT-ன்னா?'

'Adverbs of Manner, Place and Time. ஆமா, adverb-னா என்னனு தெரியுதா?'

'Adverb is a modifier!' என்றாள் வித்யா.

'சரி... அது எதை modify பண்ணுது? உதாரணம் சொல்லு.'

'She runs slowly னு சொன்னா, இங்கே slowly-ங்கிற adverb வந்து வெர்ப்பை modify பண்ணுது. அதாவது, எப்படி ஓடுகிறாள்னு கேட்டா slowly-னு பதில் வருது. அப்புறம் adjective - ஐ modify பண்ணும். She is very bright. இதுல very-ங்கிறது adverb.'

'வெரிகுட். ஒரு adverb இன்னொரு adverb -ஐக்கூட modify பண்ணும். very slowly இதுக்கு உதாரணம்!'

'MPT வரிசையில ஒரு வாக்கியம் சொல்லுங்க ஆன்ட்டி.'

'She walks slowly to school today. இங்கே manner, place, time மூணும் வரிசையா வருது. வித்யா, ட்ரை அனதர் எக்ஸாம்பிள்.'

'Mala sang sweetly at home yesterday.'

'குட்.'

'மேம், நான் க்ரூப் டிஸ்கஷன்ல அடிக்கடி கலந்துக்கறேன். எனக்கு இன்னும் கொஞ்சம் விளக்கமா சொன்னா MPT ரூலை நல்லா ஃபாலோ பண்ணுவேன்' என்றாள் வித்யா.

'ஓகே. இப்ப Place-ஐ எடுத்துக்குவோம். தி.நகர் பெரிசா, சென்னை பெரிசா?'

'தி.நகர் சின்னது. சென்னை பெரிசு.'

'ரைட். சின்ன பகுதியை முன்னாடியும், பெரிசை அடுத்தபடியும் சொல்லணும். Many textile shops are at T.Nagar in Chennai.'

'Time-க்குக்கூட இதே ரூல்தானே ஆன்ட்டி?'

'கப்னு புடிச்சிக்கிட்டே கோமு! நீயே ஒரு உதாரணம் சொல்லு.' 'I go to bed daily at 10 p.m. in the night.'

'குட். இப்ப இந்த ரூலை கொஞ்சம் ரிலாக்ஸ் பண்றேன். எழுதும்போதுதான் இவ்வளவு ஸ்டிரிக்ட் ஆக இருக்கணும். பேசறப்போ time adverb-ஐ முன்னாடி கூடப் போட்டுக்க லாம். Time-க்கு ஒரு அழுத்தம் கொடுக்கறப்ப அப்படி செய்யணும். உதாரணம் சொல்றேன்... Tomorrow I am going to the bank. Last year she went to China.'

'மேம்... முன்னாடி ஒரு க்ளாஸ்ல always, never கூட adverbs-னு சொல்லியிருந்தீங்க. அதையெல்லாம் எப்படி உபயோகிக்கணும்?'

'Always, never ரெண்டும் adverbs of frequency. அதையெல்லாம் யூஸ் பண்றப்ப நம்ம ரூல் கொஞ்சம் மாறும். I always speak truth. இப்படி always-ஐ வெர்ப்புக்கு முன்னாடி போடணும். ஆனா, auxiliary verb வந்தா அது பின்னாடி போயிடும். உதாரணத்துக்கு, I have never seen Kashmir.'

'ஆன்ட்டி... டி.வி-ல சில பேர் ரொம்ப ஸ்பீடா பேசறாங்க. புரியமாட்டேங்குதே...' என்று திடீரென அலுத்துக்கொண்டாள் கோமதி.

'வாரேஹ் வா! இன்னிக்கி நமக்கு conversation session-க்கு ஒரு புது சப்ஜெக்ட் கிடைச்சுடுச்சு!' என்று உற்சாகமான உஷா மேம், 'I wanna meetim. I gonna do something!' என்றார் திடீரென்று.

சிஷ்யைகள் இருவரும் கலவரமாவதைப் பார்த்த மேம் சிரித்தபடி, 'பயப்படாதே கோமு! நம்ம சென்னை பாஷையில 'வூட்ல அரிசி கீதா'-னு கேக்கறாங்க இல்லியா? இருக்கிறதானு கேக்கறதுக்கு சென்னை பாஷையில 'கீதா' மாதிரி, இங்லீஷ்காரங்களுக்கு wanna-ன்னா, want to-னு அர்த்தம். gonna -ன்னா going to -னு அர்த்தம்.'

'படா பேஜார்தான் ஆன்ட்டி!' என்று கோமதி சொல்ல, அங்கே சிரிப்பலை.

'கோமு! இங்கிலீஷை சேர்த்துச் சேர்த்துப் பேசணும். அப்புறம் stress -ஐ கத்துக்கிட்டோம் இல்லையா? அதேமாதிரி intonation-ஐயும் கத்துக்கணும்' (பெட்டியில் பார்க்கவும்).

‘meetim-னு சொன்னீங்க மேம். meet him தானே அது?’

‘கரெக்ட். அதைத்தான் சேர்த்துச் சேர்த்துப் பேசணும்னு சொன்னேன். நம்மள்ல பல பேரு ‘h’ sound -க்கு ரொம்ப முக்கியத் துவம் கொடுக்கறோம். ஹா, ஹி, ஹீ, ஹெ-னு அப்படியே உச்சரிக்கறோம். அதை ரிலாக்ஸ்டாக ஆ, இ, ஈ, எ-னு சொல்றப்ப ஸ்பீடு கிடைக்கும். உதாரணத்துக்கு, I like him *(ஐ லைக்கிம்)*; They love her *(தே லவெர்)*.

சரி, நான் ஸ்பீடா சொல்ற வாக்கியங்களை புரியற மாதிரி சொல்லுங்க...’ என்று அவர்களுக்கு மேம் சொன்ன வாக்கியங்கள் வருமாறு...

- வாட்டீஸிட்? (what is it?)
- ஐவ் காட்ட பென்சில் (I’ve got a pencil)
- ஹவ்வீசுவர் ஹெட்டேக் (How is your headache?)
- வாட் கெனை டுஃபர்யு (What can I do for you?)
- கிவிட்டு மீ (Give it to me)

மேம் தொடர்ந்தார்...

‘வாக்கியமா பேசறப்ப, குரலைத் தாழ்த்தியும் உயர்த்தியும் பேசறப்ப அர்த்தமே மாறிடும். இந்த வாக்கியங்களைப் பாருங்க.

1. Are you going to London? ↓
2. Are you going to London? ↑

அம்புக்குறியைக் கவனியுங்க. London-ங்கிற வார்த்தையை உயர்த்தின குரலா சொன்னா ‘ஏற்கனவே லண்டனுக்குப் பல முறை போயிருக்கே... இப்பவும் போறியா?’னு அர்த்தம்.

அம்புக்குறி கீழிறங்கினா, London-ங்கிற வார்த்தையை குரலைத் தாழ்த்திச் சொல்றோம். அதுக்கு ‘நீயெல்லாம் லண்டனுக்குப் போறியா, ஆச்சர்யம்தான்’-கிற தொனி கிடைக்கும். அதேமாதிரி கமா வர்ற இடங்கள்ல குரலை உயர்த் தியும் and-னு முடிக்கறப்ப குரலைத் தாழ்த்தியும் சொல்லணும்.

‘There is a cup, a pen and a box on the table. Open the door, please.’

நுனி நாக்கு ஆங்கிலம் பேசலாமா? குரல் ஏற்ற இறக்கம் (Intonation)

Sounds and stress பற்றித் தெரிந்துகொண்டதுபோல, குரல் ஏற்ற இறக்கத்துடன் (intonation) பேசுவது எப்படி என்று பார்ப்போம்.

Intonation இரண்டு வகைப்படும்:

1. குரல் ஏற்றம் (Rising intonation)

2. குரல் இறக்கம் (Falling intonation)

வாக்கியத்தின் கடைசிப் பகுதியில்தான் intonation வரும்.

குரல் இறக்கம் வரும் வாக்கியங்கள்

1. சாதாரண வாக்கியம் - she went to market

2. தீட - கேள்வி வாக்கியம் - what's your name?

3. கட்டளை வாக்கியம் - open the door

4. வியப்பு, வாழ்த்து வாக்கியம் - Good morning

5. தொடர் வினா - You are a girl, aren't you?

குரல் ஏற்றம் வரும் வாக்கியம்

1. Yes - no கேள்வி - Are you going?

26

Prepositions கத்துக்கலாம்!.

உஷா மேம் வீட்டின் வராந்தாவில் உட்கார்ந்து, ரயில்வே டைம்டேபிளை அலசிக்கொண்டிருந்தனர் வித்யாவும் கோமதியும். 'வித்யா, 'ரயில் சரியாக 10 மணிக்கு வந்துவிட்டது'ங்கற மாதிரியான விஷயங்களை யெல்லாம் எப்படிச் சொல்லணும்?' என்று கேட்டாள் கோமதி.

வித்யா பதில் அளிக்கும் முன்பு, அங்கு வந்த உஷா மேம், 'preposition -ஐ அதாவது முன்னிடைச் சொல்லை உபயோகிச்சுப் பேசணும்' என்றார்.

'அதுல எனக்குக் கொஞ்சம் குழப்பம் இருக்கு மேம். The train reached on time அப்டீனு போடணுமா, இல்லே... The train reached in time அப்டீனு போடணுமா?' என்றாள் வித்யா.

'பிருந்தாவன் எக்ஸ்பிரஸ் 7.15க்குப் புறப் படும்னு போட்டிருக்கு... இல்லையா? சரியா அதே நேரத்துக்குப் புறப்பட்டா அது on time. The train started on time. அதேமாதிரி அது ராத்திரி 8.15க்கு சரியா வந்துட்டாலும் on time. ஆனா, 8.10க்கே வந்துட்டா in time. The train reached the station in time.'

'ஆன்ட்டி! preposition தான் இங்கிலீஷுக்கு அடிப்படைனு படிச்சிருக்கேன்.'

'ஆமா... டிக்ஷனரியை முதல்ல வடிவமைச்ச டாக்டர் சாமுவேல் ஜான்சன் கூட 'Whoever masters the preposition is the master of English'னு சொல்லியிருக்கார்...'

'மேம்! எனக்குக்கூட preposition-ன்னா ஆபிரகாம் லிங்கனோட வார்த்தைகள்தான் ஞாபகத்துக்கு வருது. Democracy is the government of the people, by the people, for the people!' என்றாள் வித்யா.

'தேறிட்டே வித்யா! நல்லா quote பண்றே. நாற்காலியில உக்கார்றதுக்குக்கூட சரியான preposition-ஐ யூஸ் பண்ணனும். கை இருக்கற நாற்காலியில உக்காந்தோம்னா I sit in the chair-னு சொல்லணும். கை வைக்காத நாற்காலின்னா I sit on the chair.'

'அடடே! உக்கார்றதுன்னா நான் சாதாரணமால்ல நெனச்சேன்!' என்று வியந்தாள் கோமதி.

'அடிக்கடி யூஸ் பண்ற preposition எது மேம்?'

'Prepositions ரெண்டு வகையா இருக்கு. அது simple and compound.. at, in, on, of, from, with, for, by, to எல்லாம் simple வகை. in front of, because of -னு வர்றது compound... அதாவது கூட்டுச் சொற்கள்.' என்ற மேம் தொடர்ந்தார்...

'at, in, on... இந்த மூணும் place and time பத்திப் பேசறப்ப உபயோகப்படும். முதல்ல place-ஐப் பார்ப்போம். at-ங்கிறதை பஸ் ஸ்டாண்ட், ரயில்வே ஸ்டேஷன் மாதிரி குறிப்பிட்ட இடங்களைப் பத்திப் பேசறப்ப உபயோகிக் கலாம்... வித்யா! நீ ஒரு வாக்கியம் ட்ரை பண்ணு...'

'I meet my friend daily at bus stand.'

'குட் வித்யா...' என்று பாராட்டியவர், தொடர்ந்து... 'in-ங்கிறதை enclosed space பத்திப் பேசறப்ப பயன் படுத்தணும். அதாவது, வீடு, ஆபீஸ் மாதிரியான மூடப் பட்ட பகுதி. அதுக்காக மேற்கூரை இருக்கணும்னு அவசியமில்ல. ஊர்கூட இதுல அடங்கும். cup கூட மூடப்பட்டதுதான்...'

'நான் சொல்றேன் ஆன்ட்டி... Milk is in the cup; There are 500 people in my village.'

'ரொம்ப சரி. அடுத்து on-ங்கிறது surface-ஐ குறிக்கும். அதாவது, மேற்பரப்பு! The bottle is on the floor.'

'இடம் பத்திப் பேசறப்ப, at, in ரெண்டுமே உபயோகிக் கிறோமே மேம்.'

'அது ரெண்டையும் சரியா உபயோகிக்கணும் வித்யா. in hospital-தான் சரி. at hospital தப்பு. at home, at school-ங்கிறது சரி.

அது மட்டுமில்ல, at வேற சில இடங் கள்லகூட உபயோகம் ஆகும். சானியா மிர்ஸா நல்லா டென்னிஸ் ஆடினா she is at her best னு சொல்லலாம். ரொம்ப வேகமா டிரைவ் பண்ணினா... she is driving at 80 mile per hour னு சொல்லலாம். விலையைச் சொல்றப்ப கூட I bought this churidar at 200-னு சொல்லலாம்...'

'மேம்! சில பேர் I'll come by eight-னு சொல்றாங்களே...'

'By eight-ன்னா ஏறக்குறைய அந்த நேரத்துக்கு முன்னாடி வந்துடு வேன்னு அர்த்தம். I'll see you on Monday. I'll let you know by Monday. இந்த வாக்கியங்களுக்கு என்ன அர்த்தம்?'

'மண்டே' அன்னிக்கு உன்னை பார்க்கறேன். 'மண்டே'க்கு முன்னாடி உனக்கு தெரிவிச்சிடுவேன்.'

'குட். இதே at, in, on... மூணும் time-க்கு எப்படி உபயோகம் ஆகுதுனு பார்க்கலாமா? at-ங்கிறது precise time-க்கு வரும். அதாவது, குறிப்பிட்ட நேரம் பத்திப் பேசறப்ப சொல்லணும். at 8 pm, at lunch, at present, at noon... சரி. in வர்ற மாதிரி நேரம் சொல்லுங்க.'

'I was born in October.'

'I cook daily in the morning.'

'குட். Cell phones were not in use in the 1980s.'

'Music season begins in winter.'

'ரைட். Weeks, months, years, seasons, centuries இதுக்கெல்லாம் in வரும். on-ங்கிறது days and dates-க்கு வரும். I'll meet you on 8th October. I'll give you on Friday. ஆனா, next, last, every இதுக்கெல்லாம் on போடக் கூடாது. I'll see you next Monday. I take oil bath every Friday.'

'I take Shivani to school every morning.'

'I wrote my 12th exam last March.'

'குட். டி.வி., ரேடியோ, போன் மாதிரி வார்த்தைகளை யூஸ் பண்றப்ப on வரும். உதாரணமா, I enjoyed the dance programme on television; Rani replied her on the phone.'

'மேம்... டிக்ஷனரியில பார்த்தா on-ங்கிற வார்த்தைக்கு பலவிதமா அர்த்தம் போட்டிருக்கு. பிரமிப்பா இருக்கு.'

‘ஆமா வித்யா! நிறைய இருக்கு. சிலதை உங்களுக்கு அப்புறமா அறிமுகப்படுத்தறேன்...’ (பெட்டியில் பார்க்கவும்)

‘ஆன்ட்டி... இந்த by கூட நிறைய இடத்துல வரும்போல இருக்கே.’

‘Sit by me. இங்கே by-ன்னா பக்கத்துலனு அர்த்தம். நீங்க ஏற்கனவே passive voice-ஐக் கத்துக்கறப்ப by உபயோகிச்சிருக்கீங்க. The rat is killed by Mala. அப்புறம், டிராவல் பண்றதை by car, by air, by train-னு சொல்லலாம். அதேபோல, மூலமா என்கிற அர்த்தத்துல please pay me by cheque, please contact me by phone-னு சொல்லலாம். கவனியுங்க... by-க்குப் பக்கத்துல noun போட்டோம்னா அதுக்கு the, a மாதிரி articles உபயோகிக்கக்கூடாது. அதாவது, by the bus, by a bus-எல்லாம் தவறான பிரயோகங்கள்.’

‘மேம்! in, into ரெண்டும் ஒண்ணா?’

‘இல்ல வித்யா... ரெண்டு usage-ம் வித்தியாசப்படும். கோமு ஆரம்பத்துல ஒரு வாக்கியம் சொன்னாளே... Milk is in the cup. இங்கே பால், உள்ளே அசையாம இருக்கு. ஆனா, நாம கப்ல பால் ஊத்தினோம்னா I am pouring milk into the cup-னு சொல்லணும். into-ங்கிறது movement... அதாவது, அசைவு வர்ற இடங்கள்ல பயன்படும்.’

மேம் சொல்லிக்கொண்டிருக்க வித்யா மேலே சுவாரஸ்யமாக எதையோ பார்த்துக்கொண்டிருந்தாள்.

‘என்ன வித்யா பார்க்கறே?’

‘மேம்... மேல பாருங்க. பல்லி... The lizard is on the wall. It is going into the hole.’

‘ஃபென்டாஸ்டிக். இன்னொரு உதாரணம். Rani got into the car and drove it. இன்னும் சில prepositions இருக்கு. அதை அடுத்த கிளாஸ்ல பார்ப்போம். Bye!’ என்றார் உஷா மேம்.

on வரும் இடங்கள்

on என்றாலே பொதுவாக 'மேலே' என்றுதான் பொருள் கொள்வார்கள். ஆனால், அது பல இடங்களில் பல பொருள்களில் வரும்.

- People are on the plane *(உள்ளே என்று அர்த்தம்)*
- She lives on a pension *(உதவி)*
- There is a house on the road *(அருகில்)*
- She slept on through all the noise *(தொடர்ந்து)*
- Put your gloves on *(அணிதல்)*
- The lights went on *(எரிதல்)*

27

தப்பு செய்யாமலும் sorry சொல்லலாம்!

'இன்னிக்கு பேப்பர் லேட்!' என்று வீசிவிட்டுப் போனான் பேப்பர் பையன்.

உஷா மேம் அந்த செய்தித்தாளைப் பிரித்தபோது, அதனுள்ளிருந்து ஒரு விளம்பரக் காகிதம் கீழே விழுந்தது. அதில் 'This computer package comprises of a table and a printer' என்று இருந்தது. 'ம்... போடக்கூடாத இடத்துல எல்லாம் of போடறாங்க. கோமுவும் வித்யாவும் வந்ததும் இதைப் பத்திதான் சொல்லணும்' என்று நினைத்தபடியே உஷா மேம் வாசலைப் பார்க்க, வீட்டினுள் நுழைந்துகொண்டிருந்தனர் இருவரும்.

உஷாவின் கையிலிருந்த விளம்பரக் காகிதத்தைப் பார்த்து, 'ஹை! கலர்ஃபுல்லா இருக்கே ஆன்ட்டி!' என்ற கோமதி, அதை வாங்கிப் படித்ததும், 'ஆமா, Comprises of-ன்னா என்ன அர்த்தம், ஆன்ட்டி?' என்று கேட்டாள்.

'கொண்டிருக்கிறது'-னு அர்த்தம். ஆனா, comprises-க்கு of வராது. இதுல தப்பா போட்டிருக்காங்க. அதே அர்த்தத்துல consists of-னு சொல்லலாம்.'

'மேம்! குறிப்பிட்ட சில வார்த்தைகளுக்கு குறிப்பிட்ட சில prepositions தான் வரும் போலிருக்கே!' என்றாள் வித்யா.

'யு ஆர் கரெக்ட். of, to, from, with, for... இந்த அஞ்சும் தான் நாம அடிக்கடி யூஸ் பண்ற prepositions. உதாரணமா, I am proud of teaching you both... இதுல proud-க்கு of தான் வரும். உச்சரிக்கறப்ப 'ஆஃப்'-னு வலுக்கட்டாயமா உச்சரிக்கக் கூடாது. லேசா 'அவ்'-னுதான் உச்சரிக்கணும்.'

'It's very kind of you to teach us, ma'am' என்று வித்யா 'அவ்' உச்சரிப்பில் பேச, 'தேங்க்யு. kind மாதிரியே nice of, good of, generous of-னு பலவிதமா சொல்லலாம். யாராவது நமக்கு உதவி செஞ்சா, It's generous of you to have helped me-னு சொல்லலாம்.'

'ஆன்ட்டி! Shivani is ashamed of wearing caps. என்னவோ வெக்கப்பட்டுக்கிட்டு கேப் போட மாட்டேங்கறா!' என்று கோமதியும் 'அவ்' உபயோகித்துப் பேசினாள்.

'குட். இப்படித்தான் உச்சரிக்கணும்' என்று பாராட்டிய மேம், 'அதேமாதிரி, aware-க்குக்கூட of யூஸ் பண்ணணும்' என்றார்.

'நான் சொல்றேன் ஆன்ட்டி. Women should be aware of breast cancer.'

'கரெக்ட். Today's women are capable of maintaining good health. அப்புறம் fond of... பிடிக்கும், பிடிக்காதுங்கிறதைப் பத்திச் சொல்றது.'

'மேம்... I'm fond of eating sweets.'

'அப்படி நான் சொல்ல முடியாது, வித்யா! வயசு ஆயிடுச்சு இல்லையா?' என்று மேம் சிரிக்க... கோமதி, 'You are afraid of sweets' என்றாள்.

'Yes, I'm. I'm tired of using 'of' என்றார் மேம், பொய்யான சிணுங்கலுடன்.

'Then let us use 'with'.'

'I'm satisfied with today's class, aunty.'

'வெரிகுட். வெரிகுட். I'm very impressed with your examples. இன்னிக்கு பேப்பர்காரன் லேட்டா வந்தான். I was angry with him for coming late.'

'I'm fed up with T.V. serials' என்றாள் கோமதி திடீரென்று.

'அடடே! நீயா அப்படி, வாட் ஹேப்பண்ட்?'

'போலீஸ், ஜெயில், வில்லினு ஒரே மாதிரி எல்லா சீரியலும் வருது. அதான்.'

'யெஸ்... யெஸ்... I'm also bored with them. Bored of them-னு கூட சொல்லலாம்.'

'மேம்! இந்த இங்கிலீஷ் வாத்தியார் பொண்ணு...' என்று வித்யா ஆரம்பித்ததும், 'பேஷ்! உன்கிட்ட புதுசா சந்தேகம் கிளப்பினாளா?' என்று ஆர்வமானார் மேம்.

'ஆமா மேம்... sorry-னு சொல்றப்ப for போடறது பெட்டரா, about போடறது சரியானு கேக்கறா.'

'ஸாரினு எப்ப நாம சொல்றோம்?'

'எதாவது தப்பு செஞ்சுட்டா சொல்றோம்.'

'அதுமட்டுமில்ல... யாருக்காவது கஷ்டம் வந்துட்டா கூட ஸாரி சொல்லலாம். I feel sorry about the accident . இங்கே for வராது. நாம யாருக்காவது, எதையாவது தவறா செஞ்சுட்டோம்னா for போடணும். Oh! I'm sorry for breaking the glass. இந்த ரெண்டு சிச்சுவேஷன்ல for, about போட்டு வாக்கியம் சொல்லுங்க.'

வித்யா சொன்னாள்... 'I feel sorry about the children carrying big school bags on their back.'

'என்ன... ஸ்கூல்ல படிக்கறப்ப 'மூட்டை' தூக்கின அனுபவமா!' என்று சிரித்த மேம், 'கோமு! நீ ஒரு உதாரணம் சொல்லு' என்றார்.

கோமதி சொன்னாள்... 'Yesterday I shouted at my servant maid. I feel sorry for that.'

'ஜாக்கிரதை கோமு! இருக்கற வேலைக்காரியை விட்டுட்டா வேற ஒருத்தர் கிடைக்கறதே கஷ்டம்.'

'மேம்... till, until எங்கே பயன்படும்?'

'till, until ரெண்டும் டைமுக்கு வரும். ஆனா to, டைம், ப்ளேஸ் ரெண்டுக்கும் வரும். We have English class from 7.00 to 8.00 அல்லது We have English class from 7.00 till 8.00. ஆனா, from யூஸ் பண்ணலேன்னா till மட்டும்தான் போடணும். 'Please wait for me till evening. Wait until dark'-னு எங்க காலத்துல ஒரு சூப்பர் இங்கிலீஷ் படம் வந்தது.'

'Between, among கூட prepositions தானே மேம்?'

'ஆமா... இந்த ரெண்டையும் யூஸ் பண்றதுல நிறைய பேருக்குக் குழப்பம் இருக்கு. ரெண்டு பேர் அல்லது ரெண்டு செயல்களைப்

பத்திப் பேசறப்ப between வரும். மூணு ஆகிட்டா among வரணும். வித்யா! நீ ஒரு உதாரணம் சொல்லு.'

'There is no secret between you and me.'

'கோமு! கவனி, between வந்தா and வரணும்!'

'I eat lunch between 1 p.m and 2 p.m.'

'குட். நாம ஏற்கனவே for, since பத்தி ஒரு கிளாஸ்ல பார்த்திருக்கோம்.'

'ஆமா மேம். Perfect tense-ஐக் கத்துக்கறப்ப பார்த்தோம். Period of time-க்கு for வரும். Point of time-க்கு since போடணும்.'

'என்ன கோமு... ஞாபகம் வருதா?'

'லேசா வருது ஆன்ட்டி.'

'நீ தியேட்டர்ல கடைசியா எப்ப சினிமா பார்த்தே?'

'போன ஜூன் மாசம்.'

'அப்ப இப்படி சொல்லு. I have'nt seen any film since June 2017. இது point of time. since Monday, since 1992, since 8 p.m.-னு கிழமை, வருஷம், மாசம், நேரம் ஆகியவற்றை அந்தந்தப் பேர்லயே சொல்றப்ப since போடணும்.'

'Period-ங்கிறது for four days, for twenty years-னு வரும். சரியா ஆன்ட்டி?'

'ரொம்ப சரி. during கூட டைமுக்கு வர்ற ஒரு preposition தான். During the day I take two cups of tea.'

வித்யா சொன்னாள். 'During summer holidays I want to learn swimming'

'உதாரணத்துக்கு சொல்றியா? நிஜமாவா?'

'It's true ma'am.'

'வெரிகுட். இந்த during சொல்றப்ப அதுக்குப் பக்கத்துல the, this, that, these, those போடறது பெட்டர். நீ சொன்னதையே during the summer holidays-னு சொல்லு. சரி, இப்ப நான் ஒரு உதாரணம் சொல்லி இன்னிக்கு கிளாஸை முடிக்கப் போறேன். During the winter season we can hear lot of Carnatic music.

Preposition வராத இடங்கள்

Preposition-ஐ போடாமல் தவிர்க்கும் இடங்களும் உண்டு. I went to my house. இதில் to வருகிறது. இதே அர்த்தத்தில் I went home சொல்லும்போது to வருவதில்லை.

மற்ற உதாரணங்கள்...

- Please go downstairs
- It went inside the hole
- See outside the window
- Come upstairs
- He lives downtown *(நகரின் உள் பகுதி)*
- It is uptown Chennai *(புறநகர்ப் பகுதி)*

28

Phrasal verbs அறிவோம்

'ஆன்ட்டி! நீங்க சொல்லிக் கொடுத்த compound preposition-ஐ உபயோகப்படுத்தி ஷிவானி ஸ்கூல்ல பேசினேன்' என்று சந்தோஷமாகச் சொன்னாள் கோமதி.

'அக்கா! அப்படி என்ன பேசுனீங்க?' என்றாள் வித்யா.

'பேரன்ட்ஸ் மீட்டிங்குக்கு அப்பாதான் வரணுமாம். அவருக்கு ஏகப்பட்ட வேலை. அதனால, 'I am also a parent and I am representing on behalf of my husband' னு சொன்னேன்.'

கோமதிக்கு 'வெரிகுட்' சொன்னபடியே, போர்டில் சில compound prepositions-ஐ எழுதிய உஷா மேம், 'இதைப் பார்த்துட்டு ஆளுக்கொரு வாக்கியம் சொல்லுங்க...' என்று பணித்தார்.

வித்யா முதலில் சொன்னாள்... 'According to Gomathi her husband has lot of work.'

'ஆன்ட்டி! compound preposition-ல ஏதாவது ஒரு preposition இருந்தா போதும் இல்லையா?'

'ஆமா கோமு... நீ on behalf of சொன்ன மாதிரி ரெண்டு prepositions கூட இருக்கலாம். சிலது நாம அடிக்கடி உபயோகிக்க வேண்டிவரும். உதாரணமா, பேங்க்ல லோன் போட்டிருப்போம். மானேஜர்கிட்ட, 'With reference to my application what action have you taken?'னு கேக்கலாம்.'

‘ஆன்ட்டி... நம்ம வீட்டு கேட் முன்னாடி சில பேர் வண்டிகளை நிறுத்திடறாங்க. அவங்ககிட்ட ‘don’t park vehicles in front of the gate’னு சொல்லப் போறேன்.’

‘குட். அத மொதல்ல செய். I’m not able to take my scooty out because of this.’

‘மேம்... I sit next only to Priya in my class’ என்று வித்யா ஒரு வாக்கியம் சொல்ல, உற்சாகமான கோமதி, ‘டெய்லி நான் இட்லிதான் டிபனுக்கு செய்வேன். Today I am going to cook pongal instead of idlies’ என்று மற்றொரு உதாரணம் சொன்னாள்.

‘அக்கா! இன்னிக்கு லீவ்தான். நீங்க சமைக்கிற நேரத்துக்கு வந்துடறேன்.’

‘கோமு! I also come along with Vidhya’ என்று மேமும் சொல்ல, ‘நீங்க எப்ப வேணுமானாலும் வரலாம்... Except on Sundays. ஏன்னா அன்னிக்கு டிபன் கிடையாது’ என்று சிரித்தாள் கோமதி.

‘மேம்... compound preposition-க்கும் compound words-க்கும் என்ன வித்தியாசம்?’

‘இங்கிலீஷ்ல ரெண்டு மூணு வார்த்தைகள் சேர்ந்து ஒரு புதிய வார்த்தை கிடைக்கும். அது, noun-ம் மற்றொரு noun-ஆவும் இருக்கலாம். adjective-ம் noun-ஆவும் இருக்கலாம். உதாரணமா black-ம் board-ம் சேர்ந்து blackboard வரும்.’

‘Wallpaper’ என்றாள் கோமதி.

‘கரெக்ட். வித்யா நீ சொல்லு.’

‘Greenlight... சிக்னல்ல இருப்பது.’

‘ஆமா... On seeing the greenlight the car started. சில சமயம் டி.வி-ல முக்கியமான நிகழ்வுகளைக் காட்டறாங்க இல்லையா?’

‘ஆமா, மேம்... Highlights-னு சொல்றோம்.’

‘எக்ஸாக்ட்லி. The ‘Star Sports’ showed the highlights of the cricket match. நாம எத்தனைக்கெத்தனை இந்த மாதிரி compound words-ஐ... அதாவது, கலந்த வார்த்தைகளை யூஸ் பண்ணிப் பேசறோமோ அத்தனைக்கத்தனை fluency நம்ம பேச்சுல சரளமா வரும்.’

மேம் சொல்லிக்கொண்டிருக்கும்போது கோமதி ஒரு மாதிரியாகத் தனக்குள் சிரித்தாள்.

'என்ன கோமு… ஏதோ கேக்க வர்றே?'

'ஆன்ட்டி! 'அல்வா'ங்கிற வார்த்தை எத்தனை ஸ்வீட்டான வார்த்தை… அதுக்கு இப்பல்லாம் 'ஏமாத்தறது'னு ஒரு அர்த்தம் வந்துடுச்சி. அதேமாதிரி இங்கிலீஷ்ல இருக்கா?'

'ஏன்… யாருக்காவது அல்வா கொடுக்கப் போறாயா?' என்று சிரிப்பலைக்கு மத்தியில் மேம் கேட்க, கோமதி 'போங்க ஆன்ட்டி' என்று சிணுங்கினாள்.

'எல்லா மொழிகள்லயும் அந்த மாதிரி வார்த்தைகள் உண்டு கோமு… இங்கிலீஷ்ல உங்களுக்கு ஏற்கனவே phrasal verbs-ஐ அறிமுகப்படுத்தியிருக்கேன். அதை இப்ப டீடெய்லா பார்க்கலாம்.'

'மேம்… phrasal verb-ல verb-ம், preposition-ம் சேர்ந்து வரும் இல்லையா?'

'ஆமா, வித்யா! ஆனா, அந்த ரெண்டு வார்த்தைகளோட அர்த்தம் மாறியிருக்கும். 'அல்வா குடுத்துட்டான்' மாதிரி. உதாரணமா, break down.'

'ஆன்ட்டி… கார் break down ஆயிடுச்சினு சொல்றோமே… அதுதானே?'

'குட். அதுக்கு இன்னொரு அர்த்தம்கூட இருக்கு. 'விக்கி அழறது'னு உண்டு. Rani lost her cell phone and broke down. சரி. break into-னா என்ன?'

'எதையாவது உடைக்கிறதுதானே?'

'The thieves broke into the house. திருட நுழைஞ்சிட்டாங்கனு அர்த்தம்.'

'மேம்… எதுக்காக phrasal verbs உபயோகப் படுத்தணும். நேரடியாகப் பேசிடறது simple இல்லையா?'

'அதுதான் மனுஷங்களோட இயல்பு வித்யா. ஒரு மேட்டரை பிரின்ட்டுக்கு கொடுத்தா ஒரேமாதிரி 10 காப்பியும் அடிக்கும். 1000 காப்பியும் அடிக்கும். ஆனா, மனுஷன் ஒரே விஷயத்தைப் பல மாதிரி சொல்வான். அவனுக்கு வெரைட்டி வேணும். ஒருத்தர் வேலை செஞ்சுட்டு வீட்டுக்கு வர்றதை எப்படி கேப்பீங்க?'

'When do you return home?'

'அது சாதாரணமா கேக்கற கேள்வி. 'When do you get home at night?'-னு கேக்கறது இன்னொரு விதம். அதுக்கு பதில் சொல்றவங்க 'I get home pretty late'-னு சொல்லலாம்.'

'ஆன்ட்டி... நாம அப்படி பேசறதை நம்ம ஊர்ல புரிஞ்சுப்பாங்களா?'

'நாம பேசப் போறதே ஓரளவுக்கு இங்கிலீஷ் தெரிஞ்சிருக்குற வங்ககிட்டதானே? யூகத்துல புரிஞ்சுக்கறதுதான் விசேஷம். உதாரணமா... turn up-னு சொன்னா சாதாரண அர்த்தமும் வருது, வேற அர்த்தமும் வருது. I turned up the radio. இது சாதாரணமா புரிஞ்சிக்க முடியும். Mala turned up for the meeting. How many people turned up? - இதுக்கு 'நேரடியா ஆஜர் ஆகிறது'னு அர்த்தம். வித்யா... நீ உனக்கு தெரிஞ்சதைச் சொல்லு.'

'ஒருத்தர் வேலை செஞ்சுக்கிட்டு இருந்தா அவர்கிட்ட 'carry on'-னு சொன்னா 'தொடர்ந்து செய்'-னு அர்த்தம்.' என்று வித்யா சொல்ல,

'Go on'-னு சொன்னாகூட continue-ங்கிற அர்த்தம் தான்' என்றார் மேம்.

'ஆன்ட்டி... 'come on'-னு சொன்னா 'வேகமா வா'-னு அர்த்தம்.'

'என்ன! ரேசுக்குப் போகப் போறயா?' என்று கிண்டலடித்த மேமிடம், 'பசங்க ரன்னிங் ரேஸ்ல 'கமான், கமான்'-னுதானே கத்தறாங்க' என்றாள் கோமதி.

'வெரிகுட். உங்களுக்கு 'get up'-னு சொன்னா படுக்கையை விட்டு எழுந்துக் கறதுனு தெரியும். 'look up'-னா என்ன அர்த்தம்?'

'பார்க்கறதுதானே ஆன்ட்டி?' 'வெறுமனே பார்க்கறது இல்ல கோமு. consult பண்றதுனு அர்த்தம் இருக்கு. She looked up the dictionary for the meaning. look for-னா தேடறதுனு அர்த்தம். இதுக்கு வாக்கியம் சொல்லுங்க!'

'Rani put her bag somewhere. She looked for it.'

'Come through-னா வெற்றி அடைதல்னு அர்த்தம். Rani came through the exam in first class.'

மேம் தொடர்ந்தார்...

'Hang on-ன்னா 'வெய்ட் பண்ணு'னு அர்த்தம். போன்ல யாரையாவது கூப்பிட்டா 'I will call her. please hang on a moment'-னு சொல்லுங்க. இதையே hang up-னு சொன்னா, போனை வச்சுடறதா அர்த்தம். As he did not want to speak, he hung up. அதனால, ரொம்ப கவனிச்சுத்தான் பேசணும்.'

'நீங்க சொல்றது கரெக்ட் ஆன்ட்டி... hang-னா சதாம் உசேன் மாதிரி தூக்குல தொங்கறதுனுதான் நினைச்சுக்கிட்டு இருந்தேன்.'

'இன்னும் இருக்கு. hang out-னா நாலு பேரு கூட ஜாலியா ஹோட்டல்ல சாப்பிடப் போறதா அர்த்தம். He hanged out with his friends at the restaurant.'

'மேம்... இந்த phrasal verbs -ஐக் கத்துக்க தனி நேரம் ஒதுக்கிட வேண்டியதுதான்' என்றாள் வித்யா.

'வித்யா! ஒரு மாசத்துல எத்தனை இங்கிலீஷ் நாவல் படிக்கிறே?'

'நான் 'டெக்ஸ்ட் புக் பேபி', மேம். நாவல் படிக்க டைம் இல்ல.'

'அதுதான் தப்பு வித்யா. இங்கிலீஷை மாடர்னா பேசணும்னு நினைக்கிறவங்க மாசம் ஒரு நாவலை யாவது படிக்கணும். அதுல வர்ற expressions-ஐ மனசுல ஏத்திக்கணும். Rani was thinking something. Suddenly she hit on a solution.'

'Hit on-னா அடிக்கறது இல்லனு தெரியுது.'

'ஐடியா வந்துடுச்சினு அர்த்தம்! அடுத்த கிளாசுக்கு வர்றப்ப ஆளுக்கு பத்து phrasal verbs-ஐ புடிச்சிக்கிட்டு வாங்க...' என்றபடி வகுப்பை முடித்தார் உஷா மேம்.

29

FANBOYS பற்றி...

ஒரு இங்கிலீஷ் பாட்டில்தான் அன்றைய வகுப்பையே ஆரம்பித்தார் உஷா மேம்.

Dirty but happy, digging and scratching

Losing your shoe and a button or two

He's poor but honest, sad but true

Boo - hoo - hoo - hoo - hoo!

பாடி முடித்ததும், கோமதியும் வித்யாவும் வியந்து அவரைப் பார்த்துக் கை தட்ட, 'இதை எதுக்காகப் பாடினேன்... சொல்லுங்க' என்று கேட்டார் மேம்.

'பாட்டுல அங்கங்கே and, but, or எல்லாம் வருது. அதுதான் இன்னிய பாடமா மேம்?' - வித்யா சொல்ல, 'வாவ்! கண்டுபுடிச்சிட்டியே வித்யா... குட்' என்ற மேம் கோமதியின் முகத்தைப் பார்த்துவிட்டு, 'என்ன கோமு... இன்னிக்கு ரொம்ப ஹேப்பியா இருக்கே?' என்றார்.

'யெஸ் ஆன்ட்டி! Next week my husband goes to America. He also goes to China.'

'ப்ராஜக்ட் வொர்க்கா?'

'ஆமா ஆன்ட்டி.. ஆறு மாசம் இருக்கணுமாம்.'

'மேம், அக்கா இப்படி சொல்லியிருக்கலாம் இல்லையா... My husband goes to America and China on a project work.'

'ஆமா வித்யா. ஒரு விஷயத்தைப் பல வாக்கியங்களா பேசாம conjunction போட்டுப் பேசறது நல்லது. அதை இணைப்புச் சொல்னு சொல்வாங்க.'

'ஓஹோ! உங்களோட பாட்டு இப்ப புரியுது ஆன்ட்டி. He is poor. He is honest-னு சொல்றதை He is poor but honest-னு ஒரே வாக்கியமா சொல்லிடலாம்.'

'ரொம்ப சரி. 'அவன் ஏழைதான். ஆனா, ரொம்ப நேர்மையானவன்'னு அவனோட குணத்தைக்கூட சொல்லிடறோம். but அந்த மாதிரி யூஸ் ஆகுது.'

'எதெல்லாம் conjunction-ஆக வரும் ஆன்ட்டி?'

'மூணு வகையான conjunctions இருக்கு கோமு. Coordinating conjunction -ங்கிறது முதல் வகை. இது சாதாரண இணைப்புச் சொற்கள் கொண்டது. இதை FANBOYS-னு சொல்வாங்க.'

'அப்படீன்னா?'

'For, and, nor, but, or, yet, so என்கிற வார்த்தைகளோட முதல் எழுத்துக்கள்தான் FANBOYS. இதில் அதிகமா யூஸ் ஆகுறது and, but, or, so தான்.'

மேம் தொடர்ந்தார்... 'இன்னுங்கூட இந்த லிஸ்ட்ல now, still, only, therefore, however, then... இந்த வார்த்தைகள்லாம் இருக்கு.'

'வாக்கியங்களை எந்த மாதிரி எல்லாம் இணைக்கலாம் மேம்?'

'It's a red and yellow box. இந்த வாக்கியம் எப்படி அமைஞ்சிருக்கு?'

'நான் சொல்றேன் ஆன்ட்டி. கலரும் கலரும் இணைஞ்சு வந்திருக்கு. ஒரே கருத்தைச் சொல்றதுனால and போடறோம்.'

'கரெக்ட். வெயில் காலம் வரப் போகுது இல்லையா? அதை In summer it is hot and dry-னு சொல்லலாம். He is dirty but happy. இது எப்படி?'

'ரெண்டு வெவ்வேற குணங்களை but போட்டு இணைச்சிருக்கோம். அவன் அழுக்கா இருந்தாலும் சந்தோஷமா இருக்கான்'- இது வித்யா.

கோமதி சொன்னாள்... 'Mala gave the application late and they rejected it.'

'ஆன்ட்டி... போன வாரம் நானும் ஷிவானியும் வண்டலூர் ஜூவுக்குப் போயிருந்தோம். அங்கே... The tiger looked beautiful, but it was dangerous' என்று தன் அனுபவத்திலிருந்தே வித்யா உதாரணம் சொல்ல, 'அங்கே உள்ள நுழைஞ்சதுமே பிளாஸ்டிக் பை, பாட்டில் எல்லாத்தையும் வாங்கி வச்சுடுவாங்களே. Plastic pollution-ஐ இப்படித்தான் தடுக்கணும். Go with paper bags or don't visit. நல்ல பாலிஸிதான்' என்றார் மேம்.

குறுக்கிட்ட கோமதி, 'ஆன்ட்டி... however கூட conjunction-தான்னு சொன்னீங்க. அதை எப்படி உபயோகிக்கிறது?' என்று கேட்டாள்.

'However-னா 'ஆயினும், இருந்தபோதிலும்'னு அர்த்தம். இதை நாம adjective, adverb-க்கு முன்னாடி உபயோகிக்கணும். உதாரணத்துக்கு, 'You won't move the cupboard, however strong you are! அதாவது, 'நீ எவ்வளவுதான் பலசாலியாக இருந்தாலும் அந்த கப்போர்டை நகர்த்த முடியாது!'

வித்யா சொன்னாள். 'I won't wear the sweater, however cold it is.' 'I was very busy yesterday. However I wanted to meet Shivani's teacher.'

'மேம்... பேசறப்ப நான் அடிக்கடி then, and then- ஐ யூஸ் பண்றேன், பரவாயில்லையா?'

'தாராளமா பேசலாம். ரெண்டு மூணு actions-ஐ விவரிக்கறப்ப, கதை சொல்றப்பவெல்லாம் அதை யூஸ் பண்ணலாம். ஷிவானிகிட்ட 'and then what happened you know'-னு கதை சொல்லலாம். குழந்தை ஆர்வமா கவனிப்பா.'

'சில பேர் நடுவுல perhaps போட்டு பேசறாங்க. அது எப்படி?'.

'perhaps ன்னா ஒருவேளைனு அர்த்தம். She will not come to class. Perhaps she is going to her native place.'

கோமதி சொன்னாள்... 'It is very cloudy today. Perhaps it is going to rain.'

'Perhaps you are correct' என்று சிரித்த மேம், தொடர்ந்தார்...

'அடுத்த வகை conjunction-ஐ correlating conjunction-னு சொல்றோம். ஒன்று மற்றொன்றை பாதிக்கும். இதுவும் ஒருவகையான தொடர்புபடுத்துதல் தான். இந்த வகையான conjunctions எப்பவும்

ஜோடியாக வரும். not only... but also, either... or, neither... nor, both... and இப்படி வரும்' என்று சொல்லிவிட்டு, உதாரண வாக்கியத்தை மேம் சொன்னார்... 'Mala not only purchased the book, but also read it immediately.'

வித்யா சொன்னாள் , 'Where have I put the bag? I put it either in the kitchen or in the bed room.'

'வித்யா! 'எய்தர்'-னு சொல்லக் கூடாது. அதை 'அய்தர்'-னு சொல்லணும். இதை தனியா வர்ற மாதிரி கூட உபயோகிக்கலாம். 'ரெண்டுல ஒண்ணு, 'ஒவ்வொரு'-ங் கிற அர்த்தத்துலயும் பேசலாம். உதாரணத்துக்கு,

I've purchased two churidars. You can have either.

It was a bundh day. The shops on either side were closed.' என்ற மேம், 'சரி... கோமு! நான் தமிழ்ல சொல்றேன். அதை இங்கிலீஷ்ல 'அய்தர்' போட்டு சொல்லு. 'எனக்கு ப்ரவுன் புடவை பிடிக்காது. மஞ்சள் புடவையும் பிடிக்காது' என்றார்.

'I don't like brown sari and-ஐ don't like yellow one either.'

'வெரிகுட். அடுத்தது வித்யா சொல்லட்டும்... 'ராணி மீட்டிங்குக்கு வரலை. மாலாவும் வரலை'

'Rani won't come to the meeting. Mala won't come either.'

'சரி! இதேமாதிரி neither... nor உபயோகிக்கலாம். 'எதுவுமில்லை' ங்கிற அர்த்தம் வரும். நீங்க ரெண்டு பேருமே தப்பான பதில் சொல்லியிருந்தா, இப்படி சொல்லலாம்...' ok. you have answered. But neither is correct...'

'ஆன்ட்டி. இதுக்கும் தமிழ்ல உதாரணம் சொல்லுங்க. நாங்க இங்கிலீஷ்ல மாத்தி சொல்றோம்...'

'நான் பர்ஸைத் தொலைச்சுட்டேன். மாலாவாலும் ராணியாலும் என்னை ஆறுதல்படுத்த முடியல.'

'I lost my purse. Neither Mala nor Rani could comfort me.'

'அவங்க ரெண்டு புடவை காண்பிச்சாங்க. நான் எதுவுமே தேர்ந்தெடுக்கலை.'

‘They showed me two saris. I chose neither of them.’

‘மாலா புதுசா வீடு கட்டியிருக்கா. அது பெரிசாவும் இல்லை, வசதியாவும் இல்லை.’

‘Mala has built a new house. It’s neither big nor comfortable.’

‘சரி! மூணாவது வகை conjunction-ஐ subordinating conjunction-னு சொல்வாங்க. இதுல வர்ற இணைப்புச் சொல் மற்றொன்றைச் சார்ந்து இருக்கும். அதனாலதான் அந்தப் பேர். அதை அடுத்த கிளாஸ்ல பார்ப்போமே…’

30

Clause படிக்க ஒரு கிளாஸ்!

'இப்பல்லாம் எனக்கு ரொம்ப தன்னம்பிக்கை வந்துடுச்சு மேம்... க்ளாஸ்ல என் ஃப்ரெண்டை விட்டு கேள்வி கேக்கச் சொல்வேன். இப்ப நானே கேக்கறேன். தேங்க்ஸ் ஃபார் யுவர் க்ளாஸ்!' என்றாள் வித்யா நன்றியுடன்.

'வெரிகுட். யாரையும் சார்ந்து இருக்காம இப்படி நீயாவே எல்லாத்தையும் செய்றது நல்லது. ஆனா, சில சமயத்துல பிறரைச் சார்ந்து இருப்பதுகூட அவசியமாகிவிடும்... இந்த 'dependent clause' மாதிரி' என்றார் மேம்.

'அது என்ன க்ளாஸ் ஆன்ட்டி? அது எப்படி உதவுது?' என்றாள் கோமதி. 'Clause பத்தி கொஞ்சம் விளக்கமா சொல்லுங்க மேம்...' என்று வித்யாவும் ஆர்வமானாள்.

'நாம பேசற வாக்கியத்துல ஒரு subject-ம் ஒரு predicate-ம் இருந்தா அதுக்கு clause-னு பேர்.'

"Predicate-னா என்ன ஆன்ட்டி?'

'ஒரு வாக்கியம் சொல்றேன் கவனியுங்க. I ate two mangoes. இதுல I-ங்கிறது subject. ate two mangoes-ங்கிறது predicate.'

'Predicate கூட வெர்ப் சம்பந்தப்பட்டதுதானே?'

'ஆமா வித்யா. Clause-னா ate மாதிரி ஒரு முடிஞ்ச வினை கட்டாயமா இருக்கணும். Clause எப்பவும் ரெண்டு வகையா இருக்கும். I ate two mangoes-ங்கிறது ஒரு main clause. முழு அர்த்தமும் இந்த வாக்கியத்தைச் சொன்னா புரியும். ஆனா, dependent clause-ல முழு அர்த்தமும் புரியாது. ஏன்னா, அது எப்பவும் main clause-ஐச் சார்ந்து இருக்கும். இதை subordinate clause-னும் சொல்வாங்க.'

'ஆன்ட்டி! 'subordinating conjunction பத்தி அடுத்த க்ளாஸ்ல பார்க்கலாம்'னு சொன்னீங்களே...'

'அதை விளக்கறதுக்குத்தான் கோமு இத்தனை பீடிகை! although-ங்கிற வார்த்தை அந்த subordinating conjunction-க்கு ஒரு உதாரணம். although-னா, 'இருந்த போதிலும்'-னு அர்த்தம். இது எப்பவும் dependent clause -ல வரும். 'ராணி இன்று சமைத்தபோதிலும் யாரும் அதைச் சாப்பிடவில்லை!'-வித்யா... இதை இங்கிலீஷ்ல சொல்லு.'

'Although Rani cooked today, nobody ate it.'

'பேச்சு நடையில இதுல வர்ற though கடைசியில வர்றமாதிரி பேசலாம்.'

கோமதி சொன்னாள்... 'Rani cooked today. Nobody ate it though.'

'சரியாச் சொன்னே. வேற சில dependent clause-ஐ உருவாக்கற வார்த்தைகளைப் பார்ப்போம். as, as if, as long as, even if, eventhough,if, if only, unless, whenever, wherever, while...'

'பெரிய லிஸ்ட்டா இருக்கும் போலிருக்கே...'

'நாம பேச இதெல்லாம் உதவும். அதனால, நல்லாவே தெரிஞ்சுக்கலாம்.'

'மேம்... as -ஐ எப்படி உபயோகிக்கலாம்?'

'When-க்குப் பதிலா as-ஐ உபயோகிக்கலாம்' என்று மேம் சொன்னதை உடனே புரிந்துகொண்டு உதாரண வாக்கியம் ஒன்றைச் சொன்னாள் வித்யா.

'As I was doing home work, my friend came to see me.'

'குட்... as if-னா போல-னு அர்த்தம்.'

கோமதி தன் பங்காக, 'Shivani behaves as if she is a grown up girl' என்று சொல்ல, 'கோமு! ஷிவானியை வெளியில ஆட வை. வீட்லயே அடைஞ்சு இருந்தா அப்படித்தான் பிஹேவ் பண்ணுவா!' என்று சிரித்தபடி கமென்ட் அடித்தார் மேம்.

உடனடியாக வித்யா சொன்னாள்... 'Shivani will behave like this as long as she remains at home.'

உடனே கோமதி, 'What can I do? Even if I ask her to go and play outside, she wants to see Pogo channel only.'

அவளைப் பார்த்து மேம், 'Unless you take immediate steps, your child will be spoiled' என்றார்.

'மேம்... clause-னு சொல்றப்பவே pharse-னு ஒண்ணைச் சொல்றாங்களே...' என்று இழுத்தாள் வித்யா.

'அழகான கேள்வி கேட்டுட்டே வித்யா. phrase-ங்கிறது group of words. Clause-லருந்து அது வித்தியாசப்படும்.'

'உதாரணம் ப்ளீஸ்...'

உஷா மேம் மூன்று வாக்கியங்களைச் சொன்னார்...

1. Standing in the corner
2. The girl at the table
3. Behind the door

இப்ப சொல்லுங்க... இந்த group of words-ஐப் பார்த்தா எப்படி இருக்கு?'

வித்யா சொன்னாள், 'முதல் வாக்கியத்துல 'யார்'-னு கேள்வி கேட்டா பதில் வராம இருக்கு. அதனால subject இல்லை. phrase-னு சொல்லிடலாம்.'

'அது மட்டுமில்ல வித்யா. clause-ல முடிஞ்ச வினை இருக்கணும். standing-ங்கிறது infinite verb.'

'ஆன்ட்டி! ரெண்டாவதுல the girl-னு subject இருக்கு. ஆனா, வெர்ப் எதுவும் இல்லை.'

'குட். வெர்ப் இல்லாததாலயும் அது ஒரு phrase. மூணாவது பத்தி நானே சொல்லிடறேன். அதுல subject-ம் இல்லை, வெர்ப்-ம் இல்லை. இப்படி மூணு வகையில phrase இருக்கும்.'

'மேம்! இந்த if clause பத்தி ரொம்ப முக்கியமா சொல்றாங்க. அப்படி அதுல என்ன விசேஷம்?'

‘வித்யா! ஒருத்தர் இந்த if-ஐ யூஸ் பண்ணிப் பேசறப்ப, அவங்களோட மனசுக்குள்ள என்ன இருக்குனு தெரிஞ்சிக்கலாம். இந்த if-ன் உபயோகம் மூணு வகையா வரும்.’

‘ஆன்ட்டி! வழக்கம்போல இதுக்கும் ஃபார்முலா வச்சிருப்பீங்களே!’

‘இல்லாம இருக்குமா? மொதல்ல மூணு வாக்கியங்களைச் சொல்லிடறேன்...

1. If Rani sees the tiger, she will like it.
2. If Rani saw the tiger, she would like it.
3. If Rani had seen the tiger, she would have liked it.

வித்யா சொன்னாள், ‘மேம்! tense-ஐ மட்டும் மாத்திட்டு மூணு வகையா சொல்லியிருக்கீங்க.’

கோமதி சொன்னாள், ‘If clause-க்கு ஒரு வெர்ப்-ம் main clause-க்கு modal-ம் வர்ற மாதிரி சொல்லி இருக்கீங்க.’

‘குட். ரெண்டு பேரோட analysis-ம் சரிதான். முதல் வாக்கியத்துல present tense-ம் will-ம் வந்திருக்கு. ராணிக்கு ஒரு புலியைப் பார்க்கிற சந்தர்ப்பங்கள் கிடைக்கலாம்.’

‘ஆமா, ஆன்ட்டி... ஜூவுல புலியைப் பார்க்கலாம். ஏன், படத்துல கூட பார்க்கலாம்.’

‘அப்படி பார்க்கறப்ப அவளுக்குப் புலியைப் பிடிக்கும். இதை நிகழக்கூடிய நிபந்தனைனு சொல்வாங்க. அதாவது probable condition. கோமு! இப்படி நிகழக் கூடியதா ஒரு If வாக்கியம் சொல்லு.’

கோமதி யோசிக்காமல் சிரித்துக்கொண்டே, ‘If I get lot of money, I will buy a Plasma TV’ என்றாள்.

‘ம்... ம்... பணம் கிடைச்சா உன் முதல் பட்ஜெட் அதுதான்னு சொல்லிட்டே. வித்யா! நீ சொல்லு.’

‘If it rains outside, I’ll go with an umbrella.’

‘குட். இப்ப ரெண்டாவது வாக்கியம் ஒரு past tense-ம் would-னு ஒரு modal-ம் போட்டு அமைஞ்சிருக்கு. இதுக்கு unreal condition-னு பேர். அதாவது, அந்த சம்பவம் இதுவரை நடக்கலை. ராணி வந்து புலியைப் பார்த்தது கிடையாது. அப்படி பார்த்திருந்தா அவ அதை ‘லைக்’ பண்ணுவா.’

வித்யா சொன்னாள், 'மேம்! ரோட்ல யாராவது லேடீஸ் கார் ஓட்டிட்டுப் போறப்ப நான் நினைப்பேன். If I bought a car, I would drive myself.'

'ஒண்ணை ஞாபகம் வச்சுக்கோங்க. இந்த ரெண்டாவது வகையை முதல் வகை மாதிரி present tense-ல கூட சொல்லிக்கலாம். உஷார் பார்ட்டியா இருக்கறவங்க ரெண்டாவது டைப்பை உபயோகிக்கலாம். If a goat entered my garden, I would tie it to a tree.'

'ஓகே. ஆன்ட்டி. இப்போ, மூணாவது டைப் if பத்தித் தெரிஞ்சிக்க ஆவலா இருக்கு...'

'அந்த டைப்புக்கு impossible condition-னு பேர். இதுவரைக்கும் நடக்கவே இல்லை. வெறும் கற்பனை. இதுல If clause-க்கு past perfect-ம் main clause-க்கு would+have ம் போட்டுப் பேசணும். பழைய சம்பவங்கள், பழைய காலத்தைப் பத்தின மனக்கோட்டை, தன்னைத்தானே கடிந்து கொள்றது மாதிரியான விஷயங்களுக்கு இந்த டைப் உபயோகப்படும். வித்யா! ப்ளஸ் டூவுல எத்தனை மார்க் வாங்கினே?'

'1200-க்கு 1070. கெமிஸ்ட்ரி பேப்பர் நல்லா பண்ணலே.'

'அப்ப நீ இப்படி சொல்லிக்கலாம். If I had written Chemistry exam well, I would have scored 1100. நடந்து முடிந்து போன சமாசாரம். அதுக்கு இந்த டைப் உதவும்.'

'ஆன்ட்டி! என் பால்ய சினேகிதி மாதுரி நேத்து வீட்டுக்கு வர்றதா சொல்லியிருந்தா. அவளைப் பார்த்து பதினைஞ்சு வருஷம் ஆச்சு. If she had come, I would have enjoyed her company.'

'குட். zero conditional-னு கூட ஒண்ணு இருக்கு. அதாவது, இந்த மூணு டைப்பும் இல்லாம வர்ற if வாக்கியம்.'

மேம் தொடர்ந்தார்...

'Modal வராம present tense-யூஸ் பண்ணிப் பேசற டைப் இது. If you get up early, go for a walk.'

31

நீங்க அமெரிக்காவா... இங்கிலாந்தா?

கோமதியுடன் வந்த ஷிவானியிடம் உஷா மேம், 'How are you, shiv?' என்று கேட்க, 'Doing good' என்றாள் அந்தக் குட்டிப் பெண், பவ்யமாக.

உடனே கோமதி, 'I am fine, thank you'-னு சொல்லணும்' என்று திருத்த, மேம், 'கோமு! உன் பொண்ணு அமெரிக்கன் ஸ்டைல்ல பதில் சொல்றா!' என்று சிரித்தார்.

'பாட்டி! Pogo -வுல Oswald பாக்கறேன். அதுல 'doing good'-னுதான் சொல்றாங்க!' என்று சொல்லி விட்டு ஓடிப்போனாள் ஷிவானி.

'அடடே! பொண்ணு ரொம்ப தெளிவுதான்!' என்று வித்யாவும் கமென்ட் அடித்தாள்.

'வித்யா! வர வர நாமெல்லாரும் அமெரிக்க மயம் ஆகிட்டு வர்றதைத்தான் இது காட்டுது.

'British English has taken a back seat.'

'ஆமா மேம்! நான் programme-னு டைப் அடிச்சா program-னு கம்ப்யூட்டர் திருத்துது!'

'ஆன்ட்டி! அமெரிக்கன் இங்கிலீஷை தனியா கத்துக்கணுமா?'

'உன் வீட்டுக்காரர் அமெரிக்காவுக்குப் போறார் இல்லையா? அங்கே அவர் அவங்க மாதிரியே பேசினா நல்லதுதானே?'

'அமெரிக்கர்களும் இங்கிலீஷ் பேசறவங்க தானே?'

'இருந்தாலும் மொழி, கல்ச்சர், உச்சரிப்பு இதுல எல்லாம் சில வித்தி யாசங்கள் உண்டு.'

'மேம்.. அந்த வித்தி யாசத்தை நாங்களும் தெரிஞ்சிக்கறோமே..' என்று வித்யா கோரிக்கை விடுத்ததும், மேம் கூற ஆரம்பித்தார்.

'நாடுகளை ரெண்டு வகையா பிரிச்சிருக்காங்க. எப்படினு சொல்ல முடியுமா?'

வித்யா சொன்னாள். 'Common wealth countries and non-common wealth countries!'

'குட். இந்தியாவும் காமன்வெல்த் நாடுகள்ல ஒண்ணுதான். இந்த மாதிரி நாடுகளுக்கு British English தான் பொதுமொழி. இதை International English-னு சொல்வாங்க. அமெரிக்கா தனிப்பட்ட நாடு. அதுல புழங்கறது American English. நாம colour-னு எழுதி உச்சரிச்சா, அவங்க color-னு உச்சரிச்சு எழுதுவாங்க.'

மேம் தொடர்ந்தார்... 'நாம ப்ரொக்ராம்-னு சொன்னா அவங்க ப்ரோக்ராம்-னு சொல்வாங்க. வாக்கிய அமைப்பு, கேள்வி கேக்கற விதம்கூட வித்தியாசப்படும்.'

'ஆன்ட்டி... எந்த மாதிரி அவங்க கேப்பாங்க?'

'நாம 'Have you finished your work?'-னு கேக்கறதை அவங்க 'Did you finish the work?'-னு கேப்பாங்க.

நாம 'Are you?'-னு கேக்கறதை சில சமயம் கேள்வி தொனியில 'You are?'-னு கேப்பாங்க'

'மேம்! 'Have you any sister?'-ங்கிறதை அவங்க 'Do you have any sister?'-னு கேப்பாங்க. சரிதானே?' என்று பாயின்ட்டை உடனே பிடித்துக்கொண்டு கேட்டாள் வித்யா.

'ரொம்ப சரி. 'போகலாமா?'-னு நாம கேட்க, 'Shall we go?'-னு சொல்வோம். அவங்க shall-க்குப் பதிலா 'Should we go?'-னு கேப்பாங்க.'

'இந்த points-ஐ எல்லாம் இன்னிக்கி ராத்திரி என் வீட்டுக்காரர்கிட்ட சொல்லிட வேண்டியதுதான்!' என்று உற்சாகமான கோமதியிடம், 'கோமு! வார்த்தைகள்கூட வித்தியாசப்படும். அதையும் எடுத்து விடு!' என்றார் சிரித்துக்கொண்டே.

‘நம்ம சென்னைத் தமிழ், நெல்லைத் தமிழ் மாதிரி வித்தியாசப்படுமா, ஆன்ட்டி?’

‘அப்படித்தான் வச்சுக்கோயேன்.’

‘ஆன்ட்டி... என் வீட்டுக்காரரை ஒரு மணி நேரம் உங்ககிட்ட ட்யூஷனுக்கு அனுப்பிடறேன்.’

‘அதெல்லாம் வேணாம் கோமு! நம்ம ஆளுங்க இப்ப BPO, Call Centre-னு கலக்கிக்கிட்டு இருக்காங்க. நாம அமெரிக்கன் ஸ்டைல்ல பேசறதை அவங்க புரிஞ்சுக்கறாங்க. Computer skills-ம், கொஞ்சம் அமெரிக்கன் இங்கிலீஷும் இருந்துட்டா வேலைவாய்ப்பு தானா தேடிக்கிட்டு வருது. வித்யா! நீ படிச்சு முடிச்சதும் ஈஸியா வேலை வாங்கிடலாம்.’

மேம் சொன்னதும் வித்யா நோட்டை விரித்து எழுதத் தயாரானாள்.

‘நாம flat-னு சொல்றதை அவங்க apartment-னு சொல்வாங்க.’ என்ற மேம், ‘Do you live in an apartment?’ என்று கேட்க, ‘No aunty. I live on the first floor of your house’ என்றாள் கோமதி.

‘உனக்கு ஒரு விஷயம் தெரியுமா? அமெரிக்காவுல first floor-னு சொன்னா அது நம்ம ground floor-ஐ தான் குறிக்கும்! நாம சொல்ற first floor அங்கே second floor ஆகிடும்!’

‘அடடே! அப்ப உஷாரா புரிஞ்சிக்க வேண்டியதுதான். இல்லேன்னா தப்பான floor-க்குப் போயிடுவோம்! சரி... வீட்டுக்குள்ள மத்த இடங்களை அவங்க எப்படி குறிப்பிடுவாங்க?’

‘நாம toilet-னு சொல்றதை அவங்க bathroom-னு சொல்வாங்க. closet-னு அவங்க சொல்றது நம்ம cupboard-ஐ தான்.!!’

‘இன்னும் வேற என்ன மாதிரி மாற்றங்கள் இருக்கு மேம்?’

‘Prepositions போடறதுல சில வித்தியாசம் வரும். நாம ‘I want to go shopping at the week end’-னு சொன்னா, அவங்க on the week end-னு சொல்வாங்க. நாம ‘Please write to me often’-னு சொல்றதை ‘Please write me’-னு சொல்வாங்க!!’

‘ஆன்ட்டி! Our family wants to go to Tirupati on the weekend’ என்றாள் கோமதி.

‘என்ன... அமெரிக்காவுக்குப் போறதுக்கு முன்னாடி சாமிகிட்ட வேண்டுதலா?’

‘அக்கா! திருப்பதியில ஏகப்பட்ட கூட்டம்... queue-ல நகர்ந்துதான் பார்க்கணும். சேவை டிக்கெட் வாங்கிட்டீங்களா?’

‘வித்யா! நீ queue-னு சொல்றதை அமெரிக்கர்கள் line-னு சொல்வாங்க. We have to move in the line.’

மேம் தொடர்ந்தார்... ‘Plural வந்து singular ஆகிற கதை கூட இருக்கு!’ என்று அவர்களுடைய ஆர்வத்தைத் தூண்டிவிட்ட மேம் கேட்டார்... ‘நேத்து டி.வி-யில கிரிக்கெட் மேட்ச் பார்த்தியா?’

‘பார்த்தேன் ஆன்ட்டி. ஸ்ரீலங்கா இந்தியாவுக்கு 258 ரன் இலக்கு நிர்ணயிச்சாங்க!!’

‘இதை British ஆள் எப்படி சொல்வான் தெரியுமா? India are to score 258 runs to win... அப்டீனு சொல்வான். அமெரிக்காக்காரன் India is to score-னு சொல்வான்.’

‘ஏன் ஆன்ட்டி அப்படி?’

‘பிரிட்டிஷ் இங்கிலீஷ்ல team-ன்னா அதுல இருக்கிற எண்ணிக்கையைக் குறிக்கும். அதனால, India are-னு சொல்றோம். அமெரிக்காவுல team-க்கு singular verb தான்!!’

‘Verb and tense-ல வேற என்ன மேம் மாறும்?’

‘நமக்கு get-க்கு past participle got. அவங்க gotten யூஸ் பண்ணுவாங்க.’ என்ற மேம், அதைப் பயன்படுத்தும் விதமாக, ‘I’ve gotten two sincere students.’ என்றார்.

‘மேம்! அந்த இங்கிலீஷ் வாத்யார் பொண்ணு...’ என்று வித்யா ஆரம்பித்ததும், ‘என்ன... அவகூட அமெரிக்கன் இங்கிலீஷ்ல வெளுத்துக் கட்டறாளா?’ என்று உற்சாகமானார் மேம்.

‘அவ ஒரு நாவலை கையில வச்சுகிட்டு இது பிரிட்டிஷ் ஆசிரியரோடது. இது அமெரிக்க நாவல்னு சொல்லிடறா’

‘வித்யா! நீகூட அப்படிச் சொல்லிடலாம். The car stopped at the gas station-னு எழுதியிருந்தா, அது அமெரிக்க நாவல். Petrol station-னு இருந்தா அது பிரிட்டிஷ். They walked on the sidewalk -ங்கிறது அமெரிக்கா. அதையே pavement-னு எழுதினா பிரிட்டிஷ்!’

‘அடடா! இதுதானா அந்த சூட்சுமம்!’ என்று வியந்த வித்யாவை, ‘நீ film-க்குப் போறேன்னு சொல்வியா, movie க்குப் போறேன்னா?’ என்று கேட்டார்.

'ஆன்ட்டி! movie-னு சொல்றதுதான் இப்ப ஸ்டைல்!'

'அப்படீன்னா... நீ அமெரிக்கக்காரிதான்!' என்று சொன்ன மேம், 'அடுத்த கிளாஸ்ல உச்சரிப்பு வித்தியாசத்தைக் கத்துக்கலாம்!' என்றார்.

இன்னும் சில வித்தியாசங்கள்...

British English		American English
cashier	-	Bank Teller
sweets	-	candy
zebra crossing	-	cross walk
diversion	-	detour
lift	-	elevator
rubber	-	eraser
torch	-	flash light
post	-	mail
maths	-	math
flyover	-	over pass
trousers	-	pants
butty	-	sandwich
pullover	-	sweater
tail back	-	traffic jam
lorry	-	truck
hoilday	-	vacation
purse	-	wallet
garden	-	yard
bank note	-	bill

32

லோக்கல் பாஷையில் கலக்கலாம்!

'இப்பல்லாம் onsite project-ல பெரிய கம்பெனிங்ககூட ஈடுபட ஆரம்பிச்சிட்டாங்க. அதாவது, முன்னே எல்லாம் அமெரிக்காவுக்கு ஆள் அனுப்பி செய்த வேலையை இங்கிருந்தே பண்றது. அதுக்கு அமெரிக்க உச்சரிப்பைக் கத்துக்கறது அவசியம்' என்றார் உஷா மேம்.

'கால் சென்டர் மாதிரிதானே மேம்?'

'ஆமா வித்யா. நீ டிகிரி முடிச்சிட்டு வேலை தேடினா உடனே கிடைச்சிடும். நாம அவங்களோட உச்சரிப்புல பேசாம போனாலும், அவங்க பேசறதை புரிஞ்சுக்கிட்டு பதில் சொல்லலாம். இல்லையா?' என்ற மேம், 'Sko fast' என்றார்.

கோமதியும் வித்யாவும் மேம் சொல்வது புரியாமல் விழிக்க, 'Let us go fast-னு சொன்னேன்!' என்றார் மேம். 'நாம தமிழ் பேசற மாதிரி சுருக்கமா வேகமா இருக்கு ஆன்ட்டி.'

'இதைத்தான் dialect-னு சொல்றோம். அதாவது, வட்டார வழக்கு. ஒரு மொழியைக் கத்துக்கறப்ப அதனோட dialect-ஐயும் கூடவே கத்துக்கறது நல்லது. ஆமா... Harry Potter தெரியுமா?'

'இங்கிலீஷ்ல வர்ற மாயாஜாலக் கதைதானே மேம்... கேள்விப் பட்டிருக்கிறேன்.'

‘அதை எழுதினவர் J.K. Rowling என்கிற பிரிட்டிஷ் பெண்மணி. அமெரிக்காவுல அவர் புக் சக்கைப்போடு போடுது. காரணம்… அந்த ஊர் dialect-ல அங்கங்கே மாத்தி வெளியிட்டதுதான்!’

மேம் தொடர்ந்தார்…

‘முன்னமே சொல்லியிருக்கேன்… நாம ஃபாலோ பண்றது பிரிட்டிஷ் இங்கிலீஷ். உதாரணமா, answer-ங்கற வார்த்தையை எடுத்துப்போம். அதுல இருக்கற ‘a’ sound-ஐ, car-ல இருக்கற a மாதிரி உச்சரிப்போம். ஆனா, அமெரிக்கன்ஸ் அதை hat-ல இருக்கற a மாதிரி உச்சரிப்பாங்க’ என்று சொல்லிக் காட்டினார்.

‘ஆன்ட்டி… நான் அப்படித்தான் உச்சரிக்கிறேன்.’

‘சரி… நான் சில வார்த்தைகளைச் சொல்றேன். அதை hat-ல வர்ற a மாதிரி உச்சரிச்சுப் பழகுங்க’ என்று சொன்ன மேம் கொடுத்த வார்த்தைகள்…

ask, plaza, task, mask, afternoon

‘பிரிட்டிஷ் உச்சரிப்பை விட அமெரிக்க உச்சரிப்பு யதார்த்தமா இருக்குனு சில பேர் சொல்வாங்க. Bought, caught ரெண்டையும் நாம aw சவுண்டுல உச்சரிக்கணும். ஆனா, அவங்க ah சவுண்டுல சொல்வாங்க. Bahght, cahght… அதாவது car-ல வர்ற a சவுண்டு மாதிரி!’

மேம் தொடர்ந்தார்…

‘வார்த்தைக்கு நடுவுல t வந்தா அதை அவங்க d மாதிரி சொல்வாங்க. சில சமயம் t-ஐ சொல்லாமலே விட்டுடுவாங்க. கோமு! நீ ஏதாவது ஒரு வார்த்தை சொல்லு.’

‘Letter.’

‘மேம்… அது ledder ஆயிடுமா?’ என்று வித்யா சிரித்துக்கொண்டே கேட்க, ‘அதேதான்’ என்ற மேம் கூடவே ஒரு வாக்கியம் சொன்னார்… ‘Gedda ledder for my dawder.’

உடனே கோமதி அதை, ‘Get a letter for my daughter’ என்றாள்.

‘குட். Five lider wader cos ten rupees’ என்றார் மேம்.

‘Five litre water costs ten rupees’ என்றாள் வித்யா.

‘ஆன்ட்டி… நாளைக்கு நான் wader header வாங்கப் போறேன்!’

'சம்மர்ல தள்ளுபடி விற்பனை பண்றானா?' என்று சிரித்துக்கொண்டே கேட்ட மேம், 'வார்த்தை நடுவுல d வந்தா என்ன பண்ணுவாங்க தெரியுமா? நாம Kindness-ல d-ஐ விட்டுட்டு Kinness-னு சொல்வோம். அவங்க d-ஐ உச்சரிப்பாங்க. landlady-ஐ நாம 'லேன்லேடி'-னு சொல்வோம். அவங்க அப்படியே சொல்வாங்க. Often-ஐ நாம offen -னு சொன்னா அவங்க t-ஐ சேர்த்துச் சொல்வாங்க.'

'ஆன்ட்டி! வார்த்தைகளை உச்சரிக்கறப்ப நாம தப்புப் பண்ணிட்டா 'இது அமெரிக்கன் இங்கிலீஷ்'-னு சொல்லிடலாம் போல இருக்கே!'

'மேம்! நான் என் ஃப்ரெண்ட்ஸ் கூட ஸ்பென்ஸருக்குப் போயிருந்தேன். அங்கே ஒருத்தர்... அமெரிக்கராதான் இருக்கணும். அவர் twenty-ங்கறதை twenny-னு சொன்னார்.'

'ஆமா வித்யா... அப்படித்தான் சொல்வாங்க. plenty-ங்கறதை plenny-னு சொல்வாங்க. internet-கூட innernet ஆயிடும்!'

'கால் சென்டர்ல வேலை செய்யறவங்க இப்படித்தான் பேசணுமா?'

'அதுக்குத்தான் ட்ரெயினிங் குடுத்து ஆளை உக்கார வைக்கிறாங்க. ஏன்னா, வெளிநாட்டு கஸ்டமர்கிட்ட நேரடியா அவங்க பேசணும். ஆனா, கஸ்டமருக்கு இந்தியாவுல இருந்துதான் நமக்கு பதில் வருதுனு தெரியாது!'

'வெரி இன்ட்ரஸ்டிங்!' என்றாள் கோமதி.

'கோமு... நீ சொன்ன interesting-ல வர்ற g-யை அவங்க உச்சரிக்க மாட்டாங்க. interestin... runnin... walkin... தான்!'

மேம் தொடர்ந்தார்... 'R' சவுண்டுக்கு அவங்க முக்கியத்துவம் குடுத்துப் பேசுவாங்க. பிரிட்டிஷ் இங் கிலீஷ்ல அப்படி கிடை யாது. இதுவும் ஒரு வித்தியாசம்' என்று சொல்லிவிட்டு weather, soldier ஆகிய வார்த்தைகளை இரண்டு விதமாகவும் சொல்லிக் காட்டினார் மேம்.

'ஆன்ட்டி! எனக்கென்னமோ அமெரிக்க இங்கிலீஷ்தான் பிடிச்சிருக்கு. card ல வர்ற r-ஐ நாம உச்சரித்த மாதிரியே அவங்க உச்சரிப்பாங்க இல்லையா?'

'கரெக்ட், r சவுண்டு வரும்...' என்று மேம் சொல்லிக் கொண்டிருந்த போது, அவருடைய செல்போன் சிணுங்கியது.

'அடடா... அப்படியா... நீ ஒண்ணும் கவலைப்படாதே! நான் வந்துர்றேன்... உடம்பைப் பார்த்துக்கோ' என்று பேசிய மேமை சிஷ்யைகள் கவலையுடன் பார்த்தனர்.

'என்ன பார்க்கறீங்க? அமெரிக்க இங்கிலீஷ் நடத்தப் போய் நானே அமெரிக்காவுக்குப் போகப் போறேன்!'

'என்ன ஆன்ட்டி சொல்றீங்க?'

'கோமு! என் மருமகளுக்கு அடுத்த மாசம் டெலிவரி. அவங்க அம்மா போறதா இருந்தாங்க. இப்போ அவங்களுக்கு உடம்பு சரியில்லையாம். என்னை வரச் சொல்றா...'

'பேரனா பேத்தியா?'

'பேத்திதான் வேணும் எனக்கு...' என்ற மேம், 'உங்களுக்கு கொஞ்சம் டிப்ஸ் குடுத்துட்டு கிளாஸை முடிச்சுக்கறேன். ஸோ... இதுதான் நம்ம கடைசி கிளாஸ்' என்று சொல்லிவிட்டு, சம்பந்தியம்மாவிடம் நலம் விசாரிக்கத் துவங்க, சிஷ்யைகள் இருவரும் மௌனம் காத்தனர்.

ஈஸியாக இங்கிலீஷ் பேச மேம் கொடுத்த டிப்ஸ்...

- ஒரு இங்கிலீஷ் நாவலை எடுத்துக்கொண்டு அதில் உள்ள உரையாடல் பகுதிகளை உரக்க வாசியுங்கள். தினமும் 10 - 15 நிமிடம் இந்தப் பயிற்சியைச் செய்தாலே 'ரிதம்' கிடைக்கும்.
- ரேடியோ, டி.வி, ஒலிநாடாக்கள், திரைப்படம் ஆகியவற்றைப் பார்த்தும் கேட்டும் இங்கிலீஷ் உச்சரிப்புப் பயிற்சி பெறுங்கள்.
- சமயம் கிடைக்கும்போதெல்லாம் இங்கிலீஷைத் தாய்மொழியாகக் கொண்டவர்களுடன் வலியப்போய்ப் பேசுங்கள்.
- இங்கிலீஷ் பேசுபவர்களுடைய வாய் அசைவுகளைப் பார்த்து 'இமிடேட்' செய்வது வேகமாகப் பேச உதவும்.
- ஒரு நல்ல இங்கிலீஷ் - இங்கிலீஷ் டிக்ஷனரி வாங்கி, வார்த்தை களை உச்சரித்துப் பாருங்கள். புத்தகத்துடன் ஒலிநாடாவும் சேர்ந்து கிடைக்கிறது. அடிக்கடி கேட்டு பயிற்சி பெறுங்கள்.
- இந்தி தெரியாதவரை டில்லிக்கு அனுப்பினால் ஆறு மாதம் கழித்து அவர் வரும்போது இந்தி பேசுவார் இல்லையா? அதுமாதிரி நண்பர்கள் மத்தியில் இங்கிலீஷ் பேசும் சூழலை உருவாக்கிக் கொள்ளுங்கள்.
- பொறுமையாகப் பேசிப் பழகுங்கள். சித்திரமும் கைப்பழக்கம்; ஆங்கிலமும் நாப்பழக்கம்!

இங்கிலீஷ் பழகலாம் வாங்க!

33

மொழி செம்மையுற சில குறிப்புகள்

1

Although, though, even though, in spite of, despite, but ஆகிய வார்த்தைகள் ஒரே அர்த்தமான 'இருந்தபோதிலும்' என்பதைக் குறிக்கும். இவற்றில் எதை வேண்டுமானாலும் பேசும்போது பயன்படுத்திக் கொள்ளலாம். ஒரே மாதிரி பேசாமல் விதவிதமாய் பேசுவதில் ஒரு சுவாரசியம் இருக்கிறது.

ஒரே கருத்தை மூன்று விதமாய் சொல்லலாம்.

உதாரணமாக

Although Rani is poor, she is honest
Rani is poor but she is honest
In spite of Rani's poverty, she is honest

மேலே சொன்ன வாக்கியங்களில் இரண்டாம் பகுதி வாக்கியம் 'She is honest' என்பது மாறாமல் இருப்பதைக் கவனிக்கவும்.

'வானிலை மோசமாக இருந்த போதிலும் கூட அவர்கள் கிரிக்கெட் ஆடினார்கள்'

இந்த வாக்கியத்தையும் மூன்று விதமாய் சொல்லலாம்... Even though the weather was bad, they played cricket The weather was bad, but they played cricket 'In spite of ' பயன் படுத்தும் போது 'was ' என்பதை விட்டு விட வேண்டும்.

In spite of bad weather, they played cricket

Despite - ஐ பயன்படுத்தியும் இதைச் சொல்லலாம். ஆனால் of போடக்கூடாது. 'In Spite' என்பதையும் விட்டு விடவேண்டும். Despite bad weather, they played cricket.

நாம் இந்த ஆங்கில வார்த்தைகளை நிறைய இடங்களில் பயன்படுத்த வேண்டியிருக்கும். உதாரணமாக ஷாப்பிங் செய்யும் போது...

துணிக்கடையில் வாங்கிய புடவை நமக்குப் பிடித்திருக்கும், ஆனால் நிறம் பிடித்திருக்காது. அந்த சமயத்தில் 'Though I like this sari, could you show me different colours?' என கேட்டுக்கொள்ளலாம்.

இதையே 'I like this piece, but I want a different colour' என்றும் சொல்லலாம்.

நாம் பேசும்போது 'though'-வை கடைசியில் கூட போடலாம் 'Mala accepted the job, the salary was low, though.' *(மாலா அந்த வேலையை ஏற்றுக் கொண்டாள், சம்பளம் குறைவாக இருந்த போதிலும் கூட).*

'நான் அந்த டி.வி யை கடையில் பார்த்தேன், நல்லா இருக்கு. விலை அதிகம் இருக்கும் இல்லையா?'

இதை 'I saw a T.V set in a shop, very impressive. Isn't it very costly, though?'

'The sari wasn't very nice. I like the colour though' *(கலர் மட்டும் பிடித்திருக்கிறது)*

'I didn't like pizza. I ate it though' *(பிடிக்காவிட்டாலும் சாப்பிட்டேன்)*

•

In case - பயன்பாடு

If-க்கு பதில் In case பயன்படுத்தலாம். 'ஒரு வேளை அப்படி ஆகிவிட்டால்' என்று நாம் நினைக்கும் போதும், 'எதற்கும் இருக்கட்டும்' என்று சொல்லும் போதும் In case பயன்படும்.

'I will give the keys to you in case you come home early' *(நீ தான் முதலில் வருவாய்)*

'In case' என்று Of சேர்த்தால் அர்த்தமே வேறு. 'அது இருக்கு' என்று பொருள்படும்.

'In case of diabetes, walk daily for one hour.'

2

Some, any ஆகிய வார்த்தைகள் நம் உரையாடல்களில் கட்டாயம் இடம் பெற்றிருக்கும். Someone, something, somebody, somewhere மற்றும் anyone, anything, anybody, anywhere ஆகிய வார்த்தைகளையும் நாம் அடிக்கடி பயன்படுத்தி வருகிறோம்... இவற்றைப் பயன்படுத்துவதில் சில எளிய நடைமுறைகள் இருக்கின்றன.

வாக்கியங்கள் positive and negative என இரண்டு வகைப்படும் என்று நாம் அறிவோம். Some என்ற வார்த்தை positive வாக்கியங்களுக்கும், any என்பது negative மற்றும் question உள்ள வாக்கியங்களுக்கும் வரும்.

உதாரணமாக

I have **some** money
I don't have **any** money
Do you have **any** money?

சில சமயம் some என்பது கேள்வி வாக்கியத்தில் கூட பயன்படுவதுண்டு. ஒருவருக்கு சர்க்கரை போட்டு காபி கொடுத்திருப்போம். அவரிடம் 'yes' என்ற பதிலை வரவழைக்க, some பயன்படுத்தலாம்.

'Would you like to have some more sugar?'

ஒரு சிறுவன் துறு துறு என்று ஓடிக் கொண்டிருந்தால் அவனை ஓரிடத்தில் உட்கார்த்தி வைக்க, 'Would you like something to draw? I'll give you colour pencils' என அவனிடம் பேசலாம்.

'Could I have some sugar, please?' - இது ஒரு வேண்டுகோள் வாக்கியமாகும், கேள்வியல்ல.

If பயன்படுத்தும் போதுகூட any வருவதுண்டு. எப்படி என்று பார்க்கலாமா?

If you have any idea, tell me.

If there is anything new, I'll accept it.

சில வார்த்தைகள் எதிர்மறை அர்த்தங்களைக் கொடுக்கும். அப்போது கூட any-ஐ பயன்படுத்தலாம்.

உதாரணமாக

'Mala refused to give any money.'
'She finished the work without any difficulty.'
'Rani never does anything bad.'

Someone, anybody ஆகியவை singular-ஆ அல்லது plural-ஆ என்று கேட்டால் singular என்று சொல்வீர்கள். ரொம்ப சரி. ஆனால் அவற்றுக்கு plural பயன்படுத்த வேண்டிய சந்தர்ப்பங்கள் இதோ:
Someone has taken their bag *(இங்கே his or her என்று அர்த்தம்)*

Sorry மற்றும் any பயன்படுத்தி சில உரையாடல் உதாரணங்கள்:

- I'm very thirsty. I want something to drink
  What would you like?
  Anything

- Draw a picture
  Which picture shall I draw?
  Any picture. I don't mind

- Mala: I have seen her somewhere. I don't exactly remember the Place

  Kala: O.K. Is there anything special about her?

  Mala: Well, forget it. Would you like some biscuits?

  Kala: No, thank you. I don't think I'll take anything now.

  Could I have some tea, please?

  Mala: Sure. I'll prepare it in no time.

-

  No+anything= nothing. No+anybody= nobody

உதாரணமாக

What do you want to drink?
Nothing

Nobody called me, did they? (இங்கே plural வருவதைக் கவனிக்கவும்)

3

S-word என்பதைக் கேள்விப் பட்டிருக்கிறீர்களா? அது வேறு ஒன்றுமில்லை, Sorry என்று சொல்வதுதான்!

'Sorry is the hardest word' என்று ஒரு ஆங்கிலப் பழமொழி இருக்கிறது. முன் காலத்தில் தவறு செய்து விட்டால்தான் 'ஸாரி' சொன்னார்கள். நம்மில் நிறைய பேர் sorry என்று சொல்வது மன்னிப்பு கேட்பதற்கு மட்டும்தான் என்று நினைத்துக் கொண்டிருக் கிறோம். ஆனால் இப்போதெல்லாம் பல விதமான உணர்வுகளை வெளிப்படுத்த அந்த வார்த்தை பயன்படுத்தப் படுகிறது. அதனால் அது 'easiest word' ஆகி விட்டிருக்கிறது. B.B.C தொலைக்காட்சி செய்தித் தகவலின் படி பிரிட்டனில் சுமார் 368 மில்லியன் பேர் தினந்தோறும் 'ஸாரி' சொல்கிறார்களாம்!

சில வகைக் காரணங்களுக்கு 'ஸாரி' சொல்கிறார்கள் என்கிறது பி.பி.சி.

முதலில் நேரமின்மை பற்றி தெரிவிக்க: 'Sorry, I don't have time to look into this matter.'

அடுத்து மற்றவர்களுக்காக மன்னிப்பு கேட்டல்: 'Sorry, little Mohan has broken the glass' என்று அம்மாக்கள் தங்கள் குழந்தைக்காக சொல்வது.

சில சமயம் பிறர் நம்மிடம் பேசும் போது சரியாக கவனித்திருக்க மாட்டோம். அப்பொழுது 'Sorry, can you repeat that again?' என்றோ அல்லது 'Sorry, I can't hear what you mean' என்று திரும்பவும் சொல்லுமாறோ கேட்டுக் கொள்ளும்போது சொல்லப்படுகிறது.

பிரிட்டிஷ் முறையில் 'ஸாரி' சொல்வதை அமெரிக்கர்கள் 'I beg your pardon' என்று சொல்கிறார்கள். சில பேர் 'Pardon' என்று சொல்லி ஆரம்பிப்பார்கள். Pardon, apologise என்றால் மன்னியுங்கள் என்று அர்த்தம். யாராவது பேசும் போது அமெரிக்க முறையில் 'Pardon' என்றால் 'சரியாகப் புரியவில்லை, மீண்டும் சொல்லுங்கள்' என்று அர்த்தம்.

நியாயமாகப் பார்த்தால் மன்னிப்பு கேட்பதற்கு 'I apologise' என்று சொல்லவேண்டும். ஆனால் அதற்கு கூச்சப்பட்டுக் கொண்டு 'I'm sorry' என்று சொல்வது வழக்கமாகி விட்டிருக்கிறது. சாதாரண விஷயங்களுக்குக் கூட 'ஸாரி' கேட்கிறார்கள். உதாரணமாக 'It's raining. I'm sorry I forgot to bring my rain coat.'

'Is this your seat? I'm sorry' இப்படி சொல்வது ஒரு 'மேனரிஸம்' என்று கூட சொல்லலாம்.

'Sorry' -க்கு பதிலாக 'I feel very bad' என்றும் சொல்லலாம்.

மறுத்தலுக்கு சொல்லும் போது: 'I'm sorry, I can't lend you money now.'

'Bad news' -க்கு கூட சொல்லலாம்: 'I'm sorry to say that Mala is not coming to the tour.'

சில பேர் 'Excuse me' என்பார்கள். அது மற்றவர்களின் கவனத்தைத் திருப்ப சொல்லும் வார்த்தையாகும்.

Sorry சொன்னால்

ஒருவர் நம்மிடம் Sorry சொன்னால் நாம் அவர்களிடம் சில வார்த்தைகளைச் சொல்வது ஒரு மரபு.

அவை

That's o.k
No problem
Don't mention it
It's quite all right
It's not important
Don't worry about it

சில சமயம் வேண்டா வெறுப்பாக அறிவுறுத்த வேண்டி வரும்.

அப்போது....

Well, that's good enough
Don't do it again
Oh, all right then

4

Each and every என்கிற வார்த்தைகளின் பயன்பாட்டை இப்போது நாம் காண்போம். அவை இரண்டும் 'ஒவ்வொரு' என்ற அர்த்தத்தைக் கொண்டிருப்பது போல் தெரியும். ஆனால் அவை பல இடங்களில் மாறுபட்ட பொருள் கொடுக்க வல்லவை. எப்படி என்று பார்ப்போம்.

ஒருவர் gas stove என்று சொன்னால் அதன் உருவம் நமது மனக் கண்ணில் நிழலாடுகிறது அல்லவா! தனித்தனியாகவும் மொத்த மாகவும் அதன் பாகங்கள் தெரிகிறது அல்லவா? அதே போல் each- ஐ தனியாகவும் every- ஐ மொத்தமாகவும் கருத வேண்டும்.

உதாரணமாக Light each burner carefully என்ற வாக்கியத்தைப் பார்க்கலாம்.

ஒவ்வொரு burner-ஐயும் தனித்தனியாக தீ மூட்ட வேண்டும் என்று பொருள்படும். இங்கே each 'ஒவ்வொன்றாக' என்னும் அர்த்தத்தில் பயன்படுகிறது.

Every gas stove has burners

இங்கே every என்பது உலகத்தில் உள்ள எல்லா கேஸ் ஸ்டவ்களையும் குறிக்கும்.

குறைந்த எண்ணிக்கைக்கு each-ம், அதிக எண்ணிக்கைக்கு every- யும் பயன் படுத்த வேண்டும்.

இரண்டே பேர் ரொட்டி சாப்பிடுவதாக வைத்துக் கொள்வோம்.

Rani and Vani are at the dining table. Each is eating bread. இங்கே every one என்று சொல்லக் கூடாது. Each one என்று சொல்லலாம்.

அதுவே மூன்று பேரும், அதற்கு மேலும் சாப்பிடுவதாக வைத்துக் கொண்டால் Every one is eating bread என்று சொல்ல வேண்டும்.

'every' என்பதை ஒரு noun கூடத்தான் உபயோகிக்க வேண்டும். தனியாக every வராது. *(உ.ம்)* Every person, every dog

இப்போது மேலும் சில உதாரணங்களைப் பார்ப்போம்:

Every soldier saluted as the Governor arrived

(ஒரு ராணுவ வீரர் விடாமல்)

Each painter sees things differently

(ஒவ்வொருத்தரும் தனித்தனியாக)

அடிக்கடி நிகழும் விஷயங்களுக்கு Every பயன்படுத்த வேண்டும்

(உ.ம்) There is a plane to Newyork every day

The bus to Tiupati leaves every hour

•

Each and both

Each-க்கு மாற்றாக both பயன்படுத்தலாம்.

(உ.ம்)

1) Rani is carrying a bag in each hand
   Rani is carrying bags in both hands

2) My brothers have shifted to Madurai. Each of them works in a company. (They both work...)

5

நாம் எதை ரசித்தாலும் அதைப் பற்றி ஒரு கமெண்ட் அடிப்போம் அல்லவா? இங்கிலீஷில் அதற்கென்று சில வார்த்தைகள் உள்ளன. Quite, fairly, rather ஆகிய வார்த்தைகள் அதற்கு உதவும்.

'மிகவும்' என்பதற்கும், 'குறைச்சலான' என்பதற்கும் இடையில் உள்ள தன்மையைத்தான் quite, rather போன்றவை குறிக்கும்.

உதாரணத்துக்கு

'How was the film?'

'Quite good.'

'நீங்களும் அதைப் பார்த்திருக்கணும்' என்று சொல்ல நினைக்கும்போது, quite உபயோகிப்பது நல்லது.

'இந்த வருஷம் நான் பார்த்த படங்களிலேயே இது சுமார்' என்றால், 'Fairly good' எனலாம்.

சில சமயம் பொழுதுபோகவில்லையே என்று ஏதாவது படத்துக்குப் போயிருப்போம். ஆனால், அந்தப் படம் எதிபாராத விதத்தில் நம்மைக் கவர்ந்துவிட்டதென்றால், 'Rather good' என்று சொல்ல வேண்டும். ஏனெனில், rather எப்போதும் நல்ல் விஷயங்களுக்கு வராது. அதனால் good-க்கு முன்பாக அதைப் போட்டால், 'I am surprised' என்று அர்த்தம்.

'How was the dinner?'

'Rather good.'

(நினைக்கவே இல்லை, இவ்வளவு ருசியா இருக்கும்னு!)

Quite எப்போதும் நல்ல விஷயங்களுக்கு வரும்.

The song is quite easy to sing.

அதையே rather உபயோகித்துச் சொன்னால்..

It is rather difficult to sing.

இன்னொரு உதாரணம்..

She is quite clever.

She is rather foolish.

'முழுவதும்' என்ற அர்த்தத்திலும் Quite வருவதுண்டு.

'Are you sure?'

'Yes, quite sure.'

கடையில் பொருள் வாங்கும்போது rather-ஐ உபயோகப்படுத்திப் பேசலாம். நமக்கு வேண்டிய நிறத்தில் உடை கிடைக்கவில்லை யென்றால்,

'The dress is rather violet than pink.'

நம்முடைய விருப்பங்களைத் தெரிவிக்கும்போது wish என்வார்த்தைக்குப் பதில் rather-ஐ பயன்படுத்தலாம்.

'I wish you came here yesterday.' *(நீ நேற்றே வந்திருக்கணும், ஆனா, இன்னிக்கு வந்திருக்கே)*

இதையே rather உபயோகப்படுத்தி-

'I would rather you posted this letter.' *(நீ இந்தக் கடிதத்தை போஸ்ட் பண்ணனும்னு விரும்பறேன்).*

Only-ஐ பயன்படுத்துதல் Only என்றால் மட்டும் என்று பொருள்... நாம் எதைச் சொல்ல விரும்புகிறோமோ அதற்குப் பக்கத்தில் Only போடவேண்டும். உதாரணம்...

Girls can only play tennis

Girls only can play tennis

Girls can play only tennis.

(இவற்றில் யாருக்கு முக்கியத்துவம் என்று நீங்களே கண்டறியவும்)

6

'அப்படி இருந்தால்' - 'இப்படி இருந்தால்' என்று நடக்கவேண்டிய விஷயங்கள் குறித்து பேசுவதற்கு If பயன்படுகிறது என்பது நமக்குத் தெரியும்.

If you come, I'll be happy.

If you work hard, you'll succeed.

ஆனால், இதையே கொஞ்சம் கற்பனை செய்து, 'நீ வருவதாக வைத்துக் கொள்வோம்'. 'உனக்கு ஒரு கோடி ரூபாய் கிடைப்பதாக வைத்துக்கொள்வோம்' என்ற முறையில் பேச, வீயீ-க்கு பதிலாக suppose என்னும் வார்த்தை கை கொடுக்கும்

'Suppose you got one crore rupees, what will you do?' என்று நாம் கேட்க, எதிரில் இருப்பவர் மிகவும் மகிழ்ச்சியாக ஆசைகளை யெல்லாம் அளந்துவிடுவார் அல்லவா?

இந்த suppose பல அர்த்தங்களில் வரும். வெறுமனே நினைப்பது, நம்புவது என்கிற. அர்த்தங்களை மட்டுமே இது தருவதில்லை. பேசுபவவரின் உள்ளக்கிடக்கையும் தெரிவிக்கும்.

உதாரணமாக, 'I don't suppose Raja will agree to this plan' என்று ஒருவர் சொன்னால், ராஜா இந்தத் திட்டத்திற்கு இணங்கமாட்டார் என்ற அவரது எண்ணத்தைச் சொல்லும்..அதை

'Suppose it rains now, what will you do?' என்று கேட்பதில் ஒரு எதிர்பார்ப்பு இருக்கும். அந்த சமயத்தில் மேகம் இருண்டு மழை வரும் சந்தர்ப்பம் வாய்த்திருக்கும்.. ஒருவர் அடிக்கடி கடன் கேட்டு தொந்தரவு தருவதை

'I suppose you want money from me again' என்று சொல்ல suppose உதவுகிறது.

நடந்து நடந்து கால்கள் வலித்திருக்கும். பஸ்ஸிலோ, ஆட்டோவிலோ போகலாம் என நினைத்துக்கொண்டிருக்கும்போது ஸ்ட்ரைக் என்றால் அலுத்துக்கொள்வோம்தானே! அதை 'We'll have to walk, I suppose?' என்று ஒரு கேள்வி மூலம் அழகாகத் தெரிவித்துவிடலாம்.

'Supposed' என்று பயன்படுத்தும்போது ஒரு ஜாக்கிரதை உணர்வு வருவதைக் கவனிக்கலாம்.

உதாரணமாக, நமக்கு ஒருவர் கம்ப்யூட்டர் பாகங்களை ஒரு பெட்டியில் அனுப்புவதாக வைத்துக்கொள்வோம். அதை வாங்கும்போது, I received a parcel supposed to contain computer accessories' என்று எழுதிக் கொடுக்கலாம்... உள்ளே என்ன இருக்கிறது என்று தெளிவாகத் தெரியாது என்பது இதற்கு அர்த்தம். கம்ப்யூட்டர் பாகங்களுக்குப் பதில்வேறு ஏதாவது அனுப்பியிருந்தால் பின்னர் வாதாடலாம், இல்லையா?

'You are not supposed to smoke here' என்று சொல்வது, புகைக்காமல் இருப்பது ஒரு கடமையாகக் கருதப்படும்.

சிலர் supposing என்று சொல்வதைக் கவனித்திருப்பீர்கள்.அப்படி கூட ஆரம்பித்துப் பேசலாம்.

'Supposing you are wrong, what will you do?'

34

இந்த அட்டவணையை மனப்பாடம் பண்ணுங்க...

ஒழுங்கற்ற வினைச் சொற்கள்

(Irregular Verbs)

பொதுவாக past tense-க்கு d அல்லது-ed சேர்க்க வேண்டும். அப்படி சேர்க்கப்படாது past tense-ஆக வரும் வினைச் சொற்களை Irregular verbs என்கிறோம். ஆங்கிலத்தில் மொத்தம் *150* irregular verbs மட்டுமே இருக்கின்றன. அவற்றைத் தெரிந்து கொள்வதன் மூலம் இன்னும் சுலபமாக நீங்கள் ஆங்கிலத்தைக் கையாள முடியும்.

அட்டவணை இதோ...

வினைச் சொல்	Infinitive	Past tense	Past participle
எழு	arise	arose	arisen
விழி	awake	awoke	awoken
இரு	be	was / were	been
பொறுத்துக் கொள்	bear	bore	born
அடி	beat	beat	beaten

உண்டாகு	become	became	become
பார்	behold	beheld	beheld
தொடங்கு	begin	began	began
வளை	bend	bent	bent
கட்டு	bind	bound	bound
கடி	bite	bit	bitten
ஊது	blow	blew	blown
உடை	break	broke	broken
கொண்டுவா	bring	brought	brought
ஒலிபரப்பு	broadcast	broadcast	broadcast
கட்டு	build	built	built
எரி	burn	burnt	burnt
சிதறு	burst	burst	burst
வாங்கு	buy	bought	bought
பிடி	catch	caught	caught
கண்டி	chide	chided/ chid	chided/ chidden
தேர்ந்தெடு	choose	chose	chosen
உறுதியாகப்பிடி	cling	clung	clung
வா	come	came	come
விலை	cost	cost	cost
ஊர்	creep	crept	crept
வெட்டு	cut	cut	cut
வாணிகம் செய்	deal	dealt	dealt
தோண்டு	dig	dug	dug
செய்	do	did	done
வரை	draw	drew	draw
கனவு காண்	dream	dreamt/ dreamed	dreamt/ dreamed

வினைச் சொல்	Infinitive	Past tense	Past participle
குடி	drink	drank	drunk
ஓட்டு	drive	drove	driven
வசி	dwell	dwelt	dwelt
சாப்பிடு	eat	ate	eaten
விழு	fall	fell	fallen
ஊட்டு	feed	fed	fed
உணர்	feel	felt	felt
சண்டையிடு	fight	fought	fought
கண்டுபிடி	find	found	found
தப்பித்து ஓடு	flee	fled	fled
வலிந்து வீசு	fling	flung	flung
பற	fly	flew	flown
தடைவிதி	forbid	forbade	forbidden
முன்கூட்டிச் சொல்	forecast	forecast	forecast
முன்கூட்டிப் பார்	foresee	foresaw	forseen
முன்கூட்டி அறிவி	foretell	foretold	foretold
மற	forget	forgot	forgot
மன்னி	forgive	forgave	forgave
விட்டுவிடு	forsake	forsook	forsaken
முடக்கு	freeze	froze	frozen
பெறு	get	got	got/gotten
கொடு	give	gave	given
போ	go	went	gone
அரை	grind	ground	ground
வளர்	grow	grew	grown

தொங்கவிடு	hang	hung/ hanged	hung/ hanged
பெறு	have	had	had
கேள்	hear	heard	heard
மறை	hide	hid	hidden
அடி	hit	hit	hit
பிடித்துக்கொள்	hold	held	held
காயம் உண்டாக்கு	hurt	hurt	hurt
வைத்துக்கொள்	keep	kept	kept
மண்டியிடு	kneel	knelt	knelt
தெரிந்துகொள்	know	knew	knew
கிடத்து	lay	laid	laid
தலைமை தாங்கு	lead	led	led
சாய்ந்திரு	lean	leant	leant
எகிறு	leap	leapt	leapt
கற்றுக்கொள்	learn	learnt	learnt
விட்டுப்போ	leave	left	left
கடன் கொடு	lend	lent	lent
படு	lie	lay	lain
ஒளி உண்டாக்கு	light	lit/lighted	lit/lighted
இழ	lose	lost	lost
உண்டாக்கு	make	made	made
கருது	mean	meant	meant
சந்தி	meet	met	met
தவறாக நினை	mistake	mistook	mistaken
தவறாக புரிந்துகொள்	misunderstand	misunderstood	misunderstood
தாங்கிநில்	bear	bore	borne

வினைச் சொல்	Infinitive	Past tense	Past participle
கடந்து வா	overcome	overcame	overcome
பணம் கொடு	pay	paid	paid
வை	put	put	put
வெளியேறு	quit	quit	quit
படி	read	read	read
பிள	rend	rent	rent
திரும்பக் கூறு	retell	retold	retold
திரும்ப எழுது	rewrite	rewrote	rewritten
சவாரி செய்	ride	rode	ridden
ஒலி செய்	ring	rang	rung
எழு	rise	rose	risen
ஓடு	run	ran	run
சொல்	say	said	said
பார்	see	saw	seen
நாடு	seek	sought	sought
விற்பனை செய்	sell	sold	sold
அனுப்பு	send	sent	sent
ஆட்டு	shake	shook	shaken
ஒளிர்	shine	shone	shone
சுடு	shoot	shot	shot
காண்பி	show	showed	shown
சுருங்கச் செய்	shrink	shrank	shrunk
மூடு	shut	shut	shut
பாடு	sing	sang	sung
மூழ்கு	sink	sank	sunk
உட்கார்	sit	sat	sat

கொல்	slay	slew	slain
தூங்கு	sleep	slept	slept
நழுவு	slide	slid	slid
முகர்	smell	smelt	smelt
விதை	sow	sowed	sown
பேசு	speak	spoke	spoken
தெரிவி	spell	spelt	spelt
செலவு செய்	spend	spent	spent
சுற்று	spin	spun	spun
துப்பு	spit	spat	spat
நாசம் செய்	spoil	spoilt	spoilt
பரப்பு	spread	spread	spread
எகிறு	spring	sprang	sprung
நில்	stand	stood	stood
திருடு	steal	stole	stolen
ஒட்டு	stick	struck	struck
தூவு	strew	strewed	strewn
அடி	stike	struck	struck
முயற்சி செய்	strive	strove	striver
ஆணையிடு	swear	swore	sworn
பெருக்கு	sweep	swept	swept
வீங்கு	swell	swelled	swelled
நீந்து	swim	swam	swum
ஊசலாடு	swing	swang	swung
எடு	take	took	taken
கற்றுக்கொடு	teach	taught	taught
கிழி	tear	tore	torn
சொல்	tell	told	told

வினைச் சொல்	Infinitive	Past tense	Past participle
நினை	think	thought	thought
வீசி எறி	throw	threw	thrown
திணி	thrust	thrust	thrust
நட	tread	trod	trodden
புரிந்துகொள்	understand	understood	understood
அணி	wear	wore	worn
நெய்	weave	wove	woven
அழு	weep	wept	wept
நனை	wet	wet	wet
வெற்றிகொள்	win	won	won
வளை	wind	wound	wound
வாபஸ்பெறு	withdraw	withdrew	withdrawn
நிறுத்திவை	withhold	withheld	withheld
ஈடுகொடு	withstand	withstood	withstood
எழுது	write	wrote	written

www.ingramcontent.com/pod-product-compliance
Lightning Source LLC
LaVergne TN
LVHW100255051026
849517LV00006B/2096
* 9 7 8 9 3 8 6 7 3 7 5 1 9 *